ഗ്രീൻ ബുക്സ്

പെൺസഖാവ്

ആഷാരാജൻ ചെങ്ങഴിക്കോട്

1988 ഏപ്രിൽ 23ന് ജനനം.
അച്ഛൻ: വി.കെ. രാജൻ
വെള്ളിയാത്തേൽ പനച്ചിക്കാട്
അമ്മ: രാജമ്മ.
വിദ്യാഭ്യാസം: പിഎച്ച്.ഡി (ഹിസ്റ്ററി)
റിസർച്ച് സ്കോളർ.
ഭർത്താവ്: സന്നിധാനന്ദൻ

ജീവചരിത്രം

പെൺസഖാവ്

ആഷാരാജൻ ചെങ്ങഴിക്കോട്

ഗ്രീൻ ബുക്സ്

green books private limited
gb building, civil lane road, ayyanthole,
thrissur- 680 003, kerala, ph: +91 487-2381066, 2381039
website: www.greenbooksindia.com
e-mail: info@greenbooksindia.com

malayalam
pensaghavu
autobiography
by
asharajan chengazhikode

first published november 2020

cover design : shahzad
cover illustration : signi devaraj

branches:
thrissur 0487-2422515
thiruvananthapuram 0471-2335301
calicut 0495 4854662
ernakulam 8589095302

isbn : 978-93-89671-52-0

GBPL/1162/2020

ആമുഖം

സയൻസോമാനിയ പിടിപെട്ട ഒരു വിദ്യാഭ്യാസ കാലഘട്ടത്തിൽ നിന്നും ചരിത്രപഠനം എന്ന പരിചിതമല്ലാത്ത ആശയത്തിലേക്ക് എത്തിനിൽക്കുകയാണ് 21-ാം നൂറ്റാണ്ട്. 'അവർ വരുമ്പോൾ ചരിത്രം വഴിമാറു'ന്നതിനെ ക്കുറിച്ചും ചരിത്രനേട്ടത്തിനെക്കുറിച്ചും ചരിത്ര വിജയത്തെക്കുറിച്ചും പറയുമ്പോൾ ഇപ്പോൾ ചരിത്രത്തിനും തുടങ്ങി നല്ലകാലം എന്നു പറയാതെ വയ്യ. കാരണം പണ്ടെങ്ങും അധികം കാണാത്ത ചരിത്രം എന്ന വാക്ക് ഇന്ന് എല്ലായിടത്തും മുദ്രകുത്ത പ്പെടുന്നു. ചരിത്രം എന്നാൽ എന്താണ്? അത് ആരുടേതാണ്? രാജ്യ ങ്ങളുടെയും രാജാക്കന്മാരുടെയും ഭരണപരിഷ്കാരങ്ങളുടെയും കഥാഖ്യാനങ്ങളാണോ അത്? സാധാരണ ജനങ്ങൾക്കും ജീവിത ങ്ങൾക്കും ചരിത്രത്തിൽ എന്താണ് സ്ഥാനം എന്നിങ്ങനെ വിദ്യാർത്ഥി കളിൽ നിന്നും നിരവധി ചോദ്യശരങ്ങളുയരുമ്പോൾ അത്രതന്നെ അനുഭവചാതുരിയില്ലാത്ത പല ചെറുകിട അദ്ധ്യാപകരും ചരിത്രം 'His Story' അവന്റെ കഥയാണെന്നു പറഞ്ഞ് രക്ഷപ്പെടുന്നത് കാണാറുണ്ട്. ഈ അവന്റെ കഥയുണ്ടല്ലോ അതുപഠിക്കാൻ തുടങ്ങിയ കാലത്ത് 'അവളുടെ' ചരിത്രങ്ങൾ പഠിച്ചപ്പോഴൊക്കെ 'His Story' മാത്രമല്ല 'Her Story' കൂടിയാണ് ചരിത്രം എന്ന് അത്തരം മുറി വൈദ്യന്മാരെ ബോധ്യപ്പെടുത്തണം എന്നു തോന്നാറുണ്ട്.

ഇത്തരം പശ്ചാത്തലത്തിൽ ചരിത്രം എന്നതിനെ ഒരെളുപ്പവഴി യിൽ വന്മരം എന്ന ധാരണയിൽ തൊട്ട് മുന്നോട്ടു പോകുന്നതാവും സൗകര്യം. പലശാഖകളുള്ള ചരിത്രത്തിൽ രാഷ്ട്രീയമെന്ന ശാഖ യിലെ 'കേരള രാഷ്ട്രീയം' എന്ന ചെറുതോതിനെ ചർച്ച ചെയ്യാനും 'പെൺകാലങ്ങൾ' നൽകിയ അറിവിനെ ഒരു പരിധിവരെ അടി സ്ഥാനമാക്കി കേരളത്തിലെ അധികാര രാഷ്ട്രീയത്തിൽ സ്ത്രീ കളുടെ തുച്ഛമായ പങ്കാളിത്തത്തെക്കുറിച്ചും അതിൽ പ്രമുഖയായ ഗൗരിയമ്മയെക്കുറിച്ചും ചർച്ച ചെയ്യുകയാണിവിടെ ലക്ഷ്യം. ഒരു സാധാരണക്കാരി ചരിത്രം സൃഷ്ടിച്ച വഴികളെക്കുറിച്ച് കേരളം ഒരു കാലത്ത് ഒരുപാട് ചർച്ച ചെയ്തിരുന്നു എങ്കിലും കേരള രാഷ്ട്രീയ ചരിത്രത്തിൽ തങ്കലിപികളിൽ എഴുതിയ 'കെ.ആർ ഗൗരി' കാല ഘട്ടം, പുതിയ തലമുറയെ ഗൗരിയമ്മ ആ പഴയ രാഷ്ട്രീയക്കാരി യല്ലേ, എന്ന ചോദ്യത്തിലേക്കെത്തിച്ചതിന് അക്ഷരവുമായി

ബന്ധപ്പെട്ട പലരും ഉത്തരവാദികൾ തന്നെയാണ് എന്നതാണ് എന്റെ പക്ഷം.

കേരളത്തിലെ നവോത്ഥാനകാലഘട്ടത്തിൽ സ്ത്രീപക്ഷങ്ങൾ/ അവകാശങ്ങൾ എന്നിവ ഗൗരവമായ സാമൂഹിക - രാഷ്ട്രീയ - സാമ്പത്തിക സാംസ്കാരിക വിഷയങ്ങളിലൊന്നായിരുന്നെങ്കിൽ അത് വെറും വസ്ത്രധാരണവും ലൈംഗിക സംവരണവും സ്വയം ഭോഗ തുറന്നെഴുത്തും നഗരത്തിലെ ചുംബന സമരവും വേഷം കെട്ടലുകളുമായി ഇന്ന് അധഃപതിച്ചിരിക്കുകയാണ്. പ്രത്യേകിച്ചും രണ്ടായിരത്തിനുശേഷമുള്ള വർഷങ്ങളിൽ സ്ത്രീകളെ സമത്വ ബോധത്തിന്റെ കണ്ണിലൂടെ നോക്കുന്ന യാതൊരു പ്രവർത്തി കൾക്കും കേരളം സാക്ഷ്യം വഹിച്ചിട്ടില്ല എന്നുതന്നെ പറയാം. അതേസമയം കേരളസമൂഹത്തിനു സംഭവിക്കുന്ന ഗതിവിഗതി കളുടെ ഗ്രാഫ് കൂടിയാണത്.

ഉത്തരേന്ത്യയിൽ കേന്ദ്രസ്ഥാനത്തിരിക്കുന്ന ഉജ്ജ്വലരായ സ്ത്രീ വ്യക്തിത്വങ്ങളെക്കുറിച്ച് കേരളം കൂടുതൽ വാചാലരാവുമ്പോൾ പാർ വ്വതി നെന്മിനിമംഗലത്തെയും പെണ്ണമ്മ ജേക്കബിനേയും അക്കമ്മ ചെറിയാനെയും നമ്മൾ മലയാളികൾ സൗകര്യപൂർവ്വം മറക്കും. ആധുനികതയുടെ സൗകര്യങ്ങൾ ഒന്നുമില്ലാത്ത ഒരു കാലത്തെ ക്കുറിച്ച് പറയുമ്പോൾ പ്രത്യേകിച്ചും സ്വാതന്ത്ര്യത്തിനു മുൻപുള്ള കാലമാകുമ്പോൾ വിശദീകരണങ്ങൾക്കു വഴങ്ങാതെ തരമില്ല.

ഇന്ന് ജീവിച്ചിരിക്കുന്നുണ്ടെങ്കിലും ഗൗരിയമ്മ എന്ന രാഷ്ട്രീയ ചരിത്രനായികയെ എത്രമാത്രം കേരള ജനത മനസ്സിലാക്കി യിട്ടുണ്ടോ എന്നറിയില്ല. ഗൗരിയമ്മയെക്കുറിച്ചുള്ള ചില ആത്മകഥാ രചനകൾ ഉണ്ടായിട്ടുണ്ടെങ്കിലും പൂർത്തിയാകാത്ത ചരിത്രമായി ഇന്നുമത് നിലനിൽക്കുന്നു.

Socio Political Conflicts In Southern Kerala (1946-59) എന്ന എന്റെ ഗവേഷണവിഷയത്തോടനുബന്ധിച്ച് നടത്തിയ കേരള രാഷ്ട്രീയത്തിലെ ജ്വലിക്കുന്ന കഥാപാത്രമായ ഗൗരിയമ്മയുമായി അഭിമുഖം നടത്തണമെന്ന ആഗ്രഹത്തിന്റെ പൂർത്തീകരണമാണ് ഈ പുസ്തകം. കേട്ടതിലും അറിഞ്ഞതിലും എത്രയോ അധിക മാണ് അവരുടെ ജീവിതസമരത്തിന്റെ ഏടുകൾ. മുഴുവൻ പറഞ്ഞി ട്ടില്ല ഗൗരിയമ്മ. ഓർമ്മകൾ ഇടയ്ക്കിടെ മാഞ്ഞുപോകുമായിരുന്നു. എങ്കിലും ഗൗരിയമ്മയുടെ ജീവിതം ഇത്രയെങ്കിലും പകർത്താനാ യതിൽ എനിക്കേറെ ചാരിതാർത്ഥ്യമുണ്ട്. പുരുഷനേക്കാൾ എത്രയോ ശക്തരാണ് സ്ത്രീസ്വത്വം എന്ന് ഗൗരിയമ്മ സാക്ഷ്യപ്പെടുത്തുന്നു. പ്രിയ പെൺസഖാവിനും ഗ്രീൻ ബുക്സിനും നന്ദിയും കടപ്പാടും ഉള്ളിൽ സൂക്ഷിച്ചുകൊണ്ട്,

ആഷാരാജൻ

പെൺ സഖാവ്

Painting: Vinu K. Viswambaran

ഉള്ളടക്കം

എരിയുന്ന നാവുള്ള ഗൗരി എന്ന പെണ്ണ്

ആണായിപ്പിറന്നവന് മാത്രമല്ല ലോകം 'സഖാവ്' എന്ന പേര് നൽകിയത് എന്നതിന്റെ ഉദാഹരണമാണ് ഗൗരിയമ്മ. പ്രണയവും വീര്യവും ആദർശവും വേണ്ടുവോളമുള്ള പെണ്ണിനും ആ പേര് ചേരും. ആ ജീവിത സമരം നൂറ് വയസ്സ് പിന്നിടുമ്പോഴും മുഷ്ടി ചുരുട്ടി മുദ്രാവാക്യം വിളിക്കുന്ന ഗൗരിയമ്മ എന്ന കമ്യൂണിസ്റ്റുകാരിയെ കൂടുതൽ അടുത്തറിഞ്ഞപ്പോഴാണ് പുല്ലിംഗം മാത്രം കുത്തകയായിട്ടുള്ള 'സഖാവ്' എന്ന പദത്തിന് മറ്റൊരു തലം കൂടി കണ്ടെത്താനായത്. പിന്നോക്ക സമുദായ സംരക്ഷണത്തിന്റെ 'മാഗ്നകാർട്ട' എന്നു വിശേഷിപ്പിക്കുന്ന കുളത്തൂരെ പ്രസംഗത്തിലൂടെ മുഖ്യമന്ത്രി ഇ.എം. എസ്സിനെപ്പോലും ഉത്തരം മുട്ടിച്ചു എരിയുന്ന നാവുള്ള ഗൗരിയെന്ന പെണ്ണ്. മുന്നിൽ തടിച്ചുകൂടിയിരിക്കുന്ന ജനങ്ങളോടായി ഉറച്ച ശബ്ദത്തിൽ ഇ.എം.എസ്സിന്റെ സാന്നിദ്ധ്യത്തിൽ തന്നെ ആ മഹാന്റെ നെഞ്ചിൽ തറയ്ക്കുംവിധം വാക്കുകൾ കൊണ്ടു നിറയൊഴിച്ച ഖദർസാരി. അവരെ നേരിൽ കണ്ടപ്പോൾ മനസ്സിലെവിടെയോ ആ സ്ത്രീയുടെ ശബ്ദം കാതോർത്താൽ എനിക്ക് വീണ്ടും കേൾക്കാമായിരുന്നു. കുങ്കുമപ്പൊട്ടും കുപ്പിവളകളും ഇല്ലാത്ത, അണിഞ്ഞൊരുങ്ങാത്ത മുഖത്ത് ഗൗരവവും സങ്കടവും പ്രതിഷേധവും തിരയടിക്കുന്നത് വ്യക്തമായി കാണാമായിരുന്നു. മെല്ലെ, മെല്ലെ, സാവകാശം തുടങ്ങി ഉച്ചസ്ഥായിയിലേക്കെത്തുന്ന രാഷ്ട്രീയക്കാരുടെ തനതുപ്രസംഗമല്ല ഗൗരി അന്നവിടെ കാഴ്ച വെച്ചത്. ആ പ്രസംഗത്തിന്റെ ചില പ്രസക്ത ഭാഗങ്ങൾ ഇങ്ങനെയായിരുന്നു.

"ഭരണപരിഷ്കാരക്കമ്മിറ്റി റിപ്പോർട്ട് തീർച്ചയായും നിർഭാഗ്യകരമാണ്. നാട്ടിൽ വളരെക്കാലമായി നിലനിൽക്കുന്ന ഭരണക്രമം ഒന്നു പരിഷ്കരിക്കണമെന്ന് മുഖ്യമന്ത്രി ശ്രീ. ഇ.എം. എസ്. നമ്പൂതിരിപ്പാടിന് ഒരു ബോധോദയമുണ്ടായി. ആ ബോധോദയത്തിന്റെ ഫലമായി ഒരു കമ്മിറ്റി സംഘടിപ്പിച്ച് ഗവൺമെന്റിനെ ഉപദേശിക്കാൻ വ്യവസ്ഥ ചെയ്യണമെന്നും

അദ്ദേഹം തീരുമാനിച്ചു. ആ തീരുമാനമനുസരിച്ച് ഇ.എം. ശങ്കരൻ നമ്പൂതിരിപ്പാട് അദ്ധ്യക്ഷനായും ജോസഫ് മുണ്ടശ്ശേരി, എൻ.ഇ.എസ്. രാഘവാചാരി, പ്രൊഫ.വി.കെ.എൻ മേനോൻ, എച്ച്.ഡി. മാളവ്യ, പി.എസ്. മേനോൻ സെക്രട്ടറിയായും ഒരു കമ്മിറ്റി സംഘടിപ്പിച്ചു. ഇതിൽ മാളവ്യ ഫുൾടൈം മെമ്പർ ആയിരിക്കുമെന്നും വ്യവസ്ഥ ചെയ്തിരുന്നു."

"കമ്മിറ്റിയുടെ ലിസ്റ്റ് പുറത്തുവന്നപ്പോൾ അത് ഞാൻ പല പ്രാവശ്യം മറിച്ചും തിരിച്ചും നോക്കി. ഒരു ഈഴവൻ അതിലുണ്ടോ എന്ന് കണ്ടുപിടിക്കാൻ. മാളവ്യ ഈഴവനായിരിക്കുമെന്ന് ഞാൻ സംശയിച്ചു. ഒടുവിൽ ആ സംശയവും തീർന്നു."

"ഒരു കോടി മുപ്പത്തിയാറുലക്ഷം ജനങ്ങളുള്ള, കേരളത്തിൽ മുപ്പത്തിയേഴുലക്ഷത്തോളം വരുന്ന ഈഴവരിൽ നിന്നോ, ഇരുപത്തിയഞ്ചുലക്ഷം വരുന്ന മുസ്ലീങ്ങളിൽ നിന്നോ, ഇരുപതുലക്ഷത്തോളം വരുന്ന പട്ടികജാതിക്കാരിൽ നിന്നോ ആരെയും ഞാൻ അതിൽ കണ്ടില്ല."

"തൊട്ടുകൂടാത്തവർ, തീണ്ടിക്കൂടാത്തവർ, ദൃഷ്ടിയിൽപ്പെട്ടാലും ദോഷമുള്ളവരെ" കൂട്ടിയാൽ 'കാര്യക്ഷമതയുടെ കുത്തകക്കാരായ' ആ സവർണ്ണരുടെ കമ്മിറ്റി മുഴുവൻ അയിത്തത്തിനടിമപ്പെട്ടുപോകുമെന്ന് മറ്റുള്ളവർക്ക് തോന്നത്തക്ക നിലയിലേക്കായിരുന്നു കമ്മിറ്റി രൂപീകരികരണം ചെന്നെത്തി നിന്നത്."

"പിന്നോക്ക സമുദായങ്ങൾക്ക് സർക്കാർ സർവീസിൽ പ്രാതിനിധ്യം സംവരണം ചെയ്തിരുന്നതുകൊണ്ട് സർക്കാർ സർവ്വീസിന്റെ കാര്യക്ഷമത നശിക്കുന്നുവെന്ന വാദം ശങ്കരൻ നമ്പൂതിരിപ്പാടിന്റെ കമ്മിറ്റിയും ഉയർത്തിപ്പിടിച്ചിരിക്കുന്നു. ഏത് അടിസ്ഥാനത്തിലാണ് ഈ നിഗമനത്തിൽ കമ്മിറ്റി എത്തിയത് എന്ന് എനിക്ക് നിശ്ചയമില്ല. മറ്റൊരു വിചിത്രവാദം കമ്മിറ്റി പുറപ്പെടുവിച്ചിരിക്കുന്നത് താഴേക്കിടയിലുള്ള ഉദ്യോഗങ്ങൾ പിന്നാക്ക സമുദായങ്ങൾക്ക് സാമ്പത്തിക ശേഷിയുടെ അടിസ്ഥാനത്തിൽ മാത്രമേ നൽകാൻ പാടുള്ളൂ എന്നതാണ്. സാമ്പത്തികശേഷി ഉദ്യോഗലബ്ധിക്ക് മാനദണ്ഡമാക്കുകയാണെങ്കിൽ, അതിൽ പിന്നെ പിന്നാക്കമെന്നും മുന്നോക്കമെന്നും ജാതിയുടെ പരിഗണന ആവശ്യമുണ്ടോ?"

"1940ൽ ഇ.എം.എസ് ഒളിവിൽ പാർത്തത് കണ്ണൂരിലെ ചെറുമാവിലായി ഗ്രാമത്തിൽ ചെത്തുതൊഴിലാളി പോക്കന്റെ കുടിലിലാണ്. രണ്ടു കൊല്ലം പോക്കന്റെ ഭാര്യ വച്ചുവിളമ്പിയ ആഹാരം ഭക്ഷിച്ച് പുറംലോകം അറിയാതെ ഇ.എം.എസ് അവിടെ കഴിഞ്ഞു അന്ന് ഇ.എം.എസ്സിനെ പൊലീസിന് കാണിച്ചുകൊടുക്കുന്നവർക്ക് 1000 ബ്രിട്ടീഷ് രൂപ പാരിതോഷികം പ്രഖ്യാപിച്ചിരുന്നു. കാക്കയും കിളിയുമറിയാതെ 1000 രൂപയുടെ പ്രലോഭനം അവഗണിച്ച് തങ്ങളുടെ പ്രിയ സഖാവിനെ സംരക്ഷിച്ചു

പോക്കൻ കുടുംബം. അവരുടെ അനന്തരഗാമികൾ സർക്കാർ സർവ്വീസിൽ ഉദ്യോഗസ്ഥരായി വന്നാൽ ഭരണത്തിന്റെ കാര്യക്ഷമത തകരുമെന്ന് ഇ.എം.എസ് മണ്ടയിൽ ഇരിക്കുന്ന കമ്മിറ്റിക്ക് എങ്ങനെ എഴുതിച്ചേർക്കാൻ കഴിഞ്ഞു?"

ഈ ചോദ്യങ്ങൾക്കൊന്നും മറുപടി പറയാതെ ഇ.എം.എസ്. സമ്മേളനം ഉദ്ഘാടനം ചെയ്ത് സ്ഥലം വിട്ടു. പിന്നീട് ഭരണപരിഷ്കാര കമ്മിറ്റി റിപ്പോർട്ട് സർക്കാർ ഉപേക്ഷിച്ചു.

പൂണൂല് പൊട്ടിച്ചെറിയാൻ ഉറക്കെ പറഞ്ഞ ഇ.എം.എസ് സ്വന്തം പൂണൂല് വീണ്ടും തുന്നിച്ചേർക്കാൻ ശ്രമിച്ചപ്പോൾ ഗൗരി അതു സമ്മതിച്ചില്ല. കുളത്തൂരെ പ്രസംഗം കേരളകൗമുദിയും പത്രാധിപരായ പി.സുജാതനും മാത്രം പ്രസിദ്ധീകരിച്ചതുകൊണ്ട് അതും ജനങ്ങൾ വേണ്ടത്ര ചർച്ച ചെയ്യാതെ കൂമ്പടഞ്ഞുപോയി. അല്ലെങ്കിൽ ആ ഒരൊറ്റ റിഫോംസ് കമ്മിറ്റി റിപ്പോർട്ടോടുകൂടി ഇന്നത്തെ പിന്നാക്ക സമുദായക്കാരന്റെയും ഉദ്യോഗ മണ്ഡലത്തിലേക്ക് അല്പാല്പമായി പടികയറിയ ഈഴവന്റെയും മുസ്ലീമിന്റെയും ഗതി എന്താവുമായിരുന്നു എന്നു ചിന്തിക്കേണ്ടിയിരിക്കുന്നു. ഗൗരി എന്ന പെണ്ണിന്റെ ധൈര്യത്തിനു മുൻപിൽ ഇ.എം.എസ് അന്നു പകച്ചുപോയി എന്നതാണു സത്യം. അന്ന് ഗൗരി ഇല്ലായിരുന്നു എങ്കിൽ ഇന്ന് ഇ.എം.എസ് എന്ന പേരുകേൾക്കുമ്പോൾ പുളകം കൊള്ളാൻ ഒരു അവർണ്ണനും സാധിക്കുമായിരുന്നില്ല.

■

ഒരു സഖാവ് പിറക്കുന്നു

കരപ്പുറത്ത് തണ്ടാന്മാർ എന്നറിയപ്പെട്ടിരുന്ന പ്രതാപശാലികളും കരപ്പുറത്തിന്റെ (പാട്ടഭൂമിയുടെ)നടത്തിപ്പുകാരും ആയിരുന്നു ഗൗരിയുടെ അച്ഛനും മുത്തച്ഛനുമെല്ലാം. രാജാവ് പട്ടും വളയും കൊടുത്ത് കരനാഥന്മാരായി അംഗീകരിച്ചുപോന്നതിനാൽ തീണ്ടലും അയിത്തവുമുള്ള കാലത്തും കരനാഥന്മാർ നാട്ടുപ്രമാണിമാരായിരുന്നു. കൊന്നമരത്തിനു മുന്നിൽ 'കണി'യെന്നു ചേർത്താൽ ദൈവമരവും 'ശീമ' എന്നു ചേർത്താൽ വേലിപ്പത്തലും ആവുന്നതിനും മുൻപുള്ള ഒരു കാലമാണത്. അതായത് പേരിനോടൊപ്പം അമ്മയെന്നും പിള്ളയെന്നുമുള്ള വാലുകൾ ഉന്നതകുലജാതർ മുറിച്ചുകൊണ്ട് പോവുന്നതിനും മുൻപുള്ള കാലം. അതായത് തണ്ടാന്മാരെന്നാൽ അവർണ്ണരിൽ നിന്നും പുറപ്പെടുകയും ചെയ്തു സവർണ്ണനിലേക്കൊട്ടെത്തിയതുമില്ല എന്നുള്ള ഒരവസ്ഥയിലായിരുന്നു കാര്യങ്ങൾ. ഈഴവർത്തന്നെയാണ് ഇക്കൂട്ടർ. പ്രധാന തൊഴിൽ കൃഷിയും കള്ളുചെത്തും.

ഗൗരിയമ്മയുടെ അച്ഛൻ തിരുമല ദേവസ്വം വകയായുള്ള ഒട്ടുമിക്ക ഭൂമിയും പാട്ടത്തിനെടുത്ത് കൃഷി നടത്തുന്ന ആളായിരുന്നു. ആലപ്പുഴ ജില്ലയിലെ ചേർത്തലയ്ക്ക് അടുത്തുള്ള പ്രദേശമാണ് തിരുമല. ജന്മിസ്ഥാനത്തുള്ളവർക്ക് ധാരാളം പണം കാണിക്കയായി കൊടുത്താണ് പന്ത്രണ്ട് കൊല്ലത്തേക്ക് ഭൂമി ഇങ്ങനെ പാട്ടത്തിനെടുക്കാൻ സാധിക്കുക.

ഗൗരിയമ്മയുടെ അമ്മയുടെ പേര് പാർവ്വതിയമ്മ എന്നാണ്. 1947ൽ ഇന്ത്യയ്ക്ക് സ്വാതന്ത്ര്യം കിട്ടുന്നതിനും അരനൂറ്റാണ്ടുമുമ്പ് നാട്ടിലെ മഹിളാസംഘം പ്രസിഡന്റ് ആയിരുന്നു പാർവ്വതിയമ്മ. ഇന്നത്തെ രീതിയിലുള്ള മഹിളാ യുവമോർച്ചയും സ്ത്രീശാക്തീകരണവും ഒന്നുമില്ലാത്ത അക്കാലത്ത് കുറച്ച് അമ്മമാർ ചേർന്ന് ചോറ് വെയ്ക്കുന്ന അരിയിൽ നിന്നും ഒരു പിടി അരി മാറ്റി വെയ്ക്കുന്ന ഒരു പതിവ്, അത്രതന്നെ അതാണ് പ്രവർത്തനം. വീട്ടിലെ ജോലിക്കാർക്ക് കൂലിക്കു പുറമേ ഈ അരി കൊടുത്തുവിടുകയാണ് പതിവ്, പക്ഷേ അതും ഒരു ചില്ലറക്കാര്യമൊന്നുമല്ല. പതിമൂന്ന് ഇടങ്ങഴി അരിവരെ (ഏകദേശം നാലു കിലോ)

അക്കാലത്ത് അമ്മമാർ സംഭരിക്കുക പതിവുണ്ട്. ഇതിനൊക്കെ പുറമേ പാർവ്വതിയമ്മയെക്കുറിച്ചു പറയുമ്പോൾ പ്രധാനമായും എടുത്തു പറയേണ്ട മറ്റൊരു കാര്യം സവർണ്ണരുടെ കുത്തകയായി കണക്കാക്കിയിരുന്ന കഥകളി പഠിച്ച് പൊതുസഭയിൽ അരങ്ങേറ്റം നടത്തിയ, ആ കാലഘട്ടത്തിലെ ഒരേയൊരു ഈഴവപ്പെൺകുട്ടിയായിരുന്ന പാർവ്വതിയമ്മ.

1919 ജൂലൈ മാസം 14-ാം തിയ്യതിയാണ് ഗൗരിയമ്മ ജനിച്ചത്. കൊച്ചിരാജ്യത്തെ ആദ്യത്തെ മറ്റൊരു ബി.എക്കാരി പെൺകുട്ടിയുടെ പേരായ 'ഗൗരിയമ്മ' എന്ന പേരാണ് കരനാഥന്മാർ തിരഞ്ഞെടുത്തത്. ഇനിയങ്ങോട്ട് കാലയവനികയ്ക്കുള്ളിൽ മറഞ്ഞുപോയാലും നാം ഗൗരിയമ്മയെക്കുറിച്ച് കൂടുതലറിയുമ്പോൾ അവർക്ക് ഏറ്റവും യോജിച്ച പേരും ഇതുതന്നെ എന്ന് കാലവും സാക്ഷ്യപ്പെടുത്തും. നാട്ടിൻപുറങ്ങളിൽ ഈഴവസ്ത്രീകൾ അമ്മാളു എന്നും അറിയപ്പെട്ടിരുന്നു.

സ്വന്തം സമുദായത്തിൽ നിന്നും നിയമബിരുദം നേടിയ ആദ്യവനിതാ വക്കീലായിരുന്നു ഗൗരിയമ്മ. ചേർത്തല താലൂക്കിൽ ഇന്ന് കാണുന്ന കളത്തിപ്പറമ്പ് വീട്ടിലായിരുന്നില്ല അവർ ജനിച്ചതും വളർന്നതും. അടിയിൽ കല്ലുവെട്ടി, മരംകൊണ്ടുള്ള അറയും നിരയും വാരങ്ങളും നിലവറയും മുറികളും ഒറ്റത്തായിയും കൂട്ടടുക്കളയും തളവും ഒക്കെയുള്ള ഒരു വീട്ടിലാണ്. ഇതൊന്നും പോരാഞ്ഞ് ഉരപ്പുര, വിറകുപുര, പ്രസവപ്പുര, തേങ്ങാപ്പുര, ചാവടി എന്നുവേണ്ട സിനിമാസ്വാദകരുടെ മനസ്സിലേക്കോടിയെത്തുന്ന ഒരു മിനി വരിക്കാശ്ശേരി മനയുടെ അന്തരീക്ഷമായിരുന്നു അത്.

1949ൽ തറവാട് ഭാഗിച്ചുകഴിഞ്ഞപ്പോൾ കല്യാണം കഴിക്കാത്തവരായി വീട്ടിൽ ഉണ്ടായിരുന്നവരുടെ ഓഹരികൊണ്ട് പണി കഴിപ്പിച്ചതാണ് ഇപ്പോൾ കാണുന്ന കളത്തിപ്പറമ്പ് വീട്. ഗൗരിയുടെ ബാല്യവും കൗമാരവും തളിരിട്ട വഴികളിലൂടെ കടന്നുചെല്ലുമ്പോൾ അവിടെ വീട്ടുമുറ്റത്ത് സ്ഥിരമായി നിൽക്കുന്ന കൂറ്റൻ പന്തലും മദ്യവർജന പ്രക്ഷോഭം, ക്ഷേത്രപ്രവേശന പ്രക്ഷോഭം, വൈക്കം സത്യാഗ്രഹം എന്നിവയ്ക്കൊക്കെ സന്നദ്ധഭടന്മാരെ റിക്രൂട്ട് ചെയ്യുന്ന പരിപാടികളും അച്ഛനും യുവജന സംഘടനകളുമായുള്ള ചർച്ചകളും സത്യഗ്രഹങ്ങൾക്ക് പോകുന്നവരുടെ യാത്രപറച്ചിലുകളും ചേച്ചിമാരുടെ തുടർച്ചയായ സംഗീതപരിശീലനവും കുടുംബത്തിലേക്ക് വിരുന്നുവരുന്ന ബന്ധുക്കളും വടക്കേപ്പുറത്തെ പുളിഞ്ചോട്ടിൽ നെല്ലുകുത്തുകാരുടെ ബഹളവും വരുന്നോർക്കൊക്കെ വെച്ചു വിളമ്പുന്ന ആണുങ്ങളും പെണ്ണുങ്ങളും വിശിഷ്ടാതിഥികൾക്ക് മാത്രമുള്ള പ്രത്യേക ഭക്ഷണമൊരുക്കാനുള്ള അമ്മയുടെ അടുക്കളയിലെ തിരക്കുകളും താറാവുകളുടെ കലപിലയും ഒക്കെക്കൂടി മലയാളി മനസ്സിലെ

എക്കാലത്തെയും ഗൃഹാതുരചിന്തകളിലെ നായികയായി മാറും നമ്മുടെ ഇരുണ്ട നിറക്കാരി ഗൗരിയമ്മ.

പകൽസമയത്തെ ബഹളങ്ങൾക്കൊടുവിൽ കളത്തിപറമ്പ് വീടിന് രാത്രിയിൽ മറ്റൊരു ഭാവം കൈവരും. രാത്രി ഭക്ഷണം കഴിഞ്ഞാൽ വലിയ നിലവിളക്ക് നിറയെ എണ്ണയൊഴിച്ച് തിരി നീട്ടി കത്തിച്ചു വെയ്ക്കും. കാരണവരെന്നോ കാവൽക്കാരെന്നോ വ്യത്യാസമില്ലാതെ എല്ലാവരു മൊന്നിച്ചിരിക്കും. കുമാരനാശാന്റെ നളിനിയും ദുരവസ്ഥയുമൊക്കെ നീട്ടി പ്പാടി അർത്ഥം വ്യാഖ്യാനിക്കാൻ ഒരുപാടുപേരുണ്ടാകും. ദുരവസ്ഥയിലെ സാവിത്രി, ചാത്തനെ അക്ഷരം പഠിപ്പിക്കാനെടുക്കുന്ന പ്രതിജ്ഞയുടെ വരികൾ കേൾക്കുമ്പോൾ തൊഴിലാളികളുടെ കണ്ണിൽ കനലെരിയുന്നത് നോക്കി നിൽക്കാറുണ്ട് ഗൗരിയമ്മാൾ. പെണ്ണുങ്ങൾ പുറത്തിറങ്ങാത്ത കാലത്ത് കളത്തിപ്പറമ്പ് വീട്ടിലെ പെണ്ണുങ്ങൾക്ക് പുരുഷനുതുല്യം പരി ഗണനയും അംഗീകാരവും കരുതിപ്പോന്ന ആളായിരുന്നു ഗൗരിയമ്മയുടെ അച്ഛൻ. ചിലപ്പതികാരത്തിലെ കണ്ണകിയും ഇന്ത്യ ഭരിച്ച മുസ്ലീം റാണി റസിയയുമൊക്കെ മുട്ടിനുമുകളിൽ മുണ്ടുടുത്ത, മുടി പൊക്കിക്കെട്ടിയ, മാറുമറയ്ക്കാനനുവാദമില്ലാത്ത സ്ത്രീകളുടെ ഉള്ളിൽ ഉറങ്ങിക്കിടന്നി രുന്നു. സമൂഹത്തിന്റെ അന്നത്തെ അവസ്ഥയ്ക്ക് മാറ്റം വരുമെന്നും മാറ്റം വരുത്തണമെന്നുള്ള തൊഴിലാളികളുടെ ചിന്തകൾ കളത്തിപറമ്പ് വീട് സമ്മാനിച്ചതായിരുന്നു.

'ഗുരുവിനു മുൻപേ മരിച്ചുപോയ ആശാൻ' എന്നു കേൾക്കുമ്പോൾ കണ്ണുമിഴിച്ചിരിക്കുന്ന ഇന്നത്തെ തലമുറയെ ഗുരുവെന്നാൽ ശ്രീനാരായണ ഗുരുവാണെന്നും ആശാൻ എന്നാൽ കുമാരനാശാൻ ആണെന്നും മാത്രം മനസ്സിലാക്കിച്ചാൽ മതിയാവില്ലല്ലോ. ആശാന്റെ ദുരവസ്ഥ എന്ന കൃതി നാട്ടിൽ വരുത്തിയ മാറ്റമെന്താണെന്നറിയണമെങ്കിൽ നമ്മളെയൊക്കെ വേരോടെ പിഴുതെടുത്ത് ഭൂതകാലത്തിൽ കൊണ്ടുനടേണ്ടിവരും. കേരള ത്തിൽ സ്നേഹിക്കുന്ന ആളെ വിവാഹം കഴിക്കുക എന്ന വിപ്ലവ വീര്യം പോലും അന്ന് മനുഷ്യരാശിക്ക് ആർജ്ജിക്കാൻ കഴിഞ്ഞത് അക്ഷര ങ്ങളിലൂടെയാണ് എന്ന അറിവ് അതിശയോക്തിയായി തോന്നാം എന്ന തിൽ തെറ്റില്ല. പക്ഷേ അതുതന്നെയാണ് യഥാർത്ഥ സത്യം.

■

ബാല്യകാലം

പത്ത് മക്കളിൽ ഏഴാമത്തെ കുട്ടിയായ ഗൗരിയേക്കാളും മൂന്ന് വയസ്സിനു മൂത്തതാണ് സുകുമാരൻ. സുകുമാരണ്ണനോടൊപ്പം ആദ്യമായി സ്കൂളിലേക്കു പോയപ്പോൾ പുത്തനുടുപ്പാണവൾ ഇട്ടിരുന്നത്. പൊതുവിദ്യാലയങ്ങളിൽ ഈഴവർക്കു പ്രവേശനമില്ലാത്തതിനാൽ അവരുടെ അച്ഛൻ സ്വന്തമായി തുടങ്ങിയ സ്കൂളാണത്. കടപ്പുറത്ത് പപ്പുസാർ എന്ന ഒറ്റ അദ്ധ്യാപകൻ മാത്രമുള്ള, ഓലമേഞ്ഞ പള്ളിക്കൂടം. തറ മണ്ണായിരുന്നു. അന്ന് ഉടുപ്പ് മുഷിയുമോ എന്ന് ഗൗരിക്ക് ഒരു സംശയം. സുകുമാരണ്ണൻ ഓടിപ്പോയി പുകയില കെട്ടികൊണ്ടുവരുന്ന പനയോലയുടെ ചെറിയ ഒരു പായക്കഷ്ണം കൊണ്ടുവന്ന് നിലത്തിട്ട് കൊടുത്തു. വീട്ടിൽ കളിക്കാൻ ഗൗരിക്ക് അണ്ണനാണ് കൂട്ട്.

അണ്ണന്റെ വലിയ നേരമ്പോക്കാണ് ചൂണ്ടയിട്ട് മീൻ പിടിക്കൽ. അച്ഛനറിയാതെ ചൂണ്ട വേലിക്കപ്പുറത്തേക്ക് വലിച്ചെറിയും. എന്നിട്ട് കൂട്ടുകാരെ കാണുമ്പോൾ ഓടിപ്പോയി അതെടുത്തുകൊണ്ട് കുളത്തിലേക്കോ ചാലിലേക്കോ ഓടും. ഇത് കാണുമ്പോൾ ഗൗരി പിന്നാലെയോടും. ഇംഗ്ലീഷ് ഹൈസ്കൂളിൽ എത്തിയപ്പോഴും അണ്ണനും ഗൗരിയും ഒരുമിച്ചായിരുന്നു പഠിത്തം. മൂത്തചേച്ചിയുടെ വീട്ടിലാണ് രണ്ടാളും താമസം. പത്താംതരം വരെ ഓടാനും ചാടാനും കൂടെക്കളിക്കാനുമെല്ലാം അണ്ണനും ഗൗരിയും ഒപ്പമായിരുന്നു. എപ്പോഴും പിണങ്ങുമെങ്കിലും അധികനേരം ആയുസ്സില്ലാത്ത പിണക്കം. പത്തിൽ അണ്ണൻ തോറ്റു. അങ്ങനെ ഗൗരിയും അണ്ണനും രണ്ടിടങ്ങളിലായി. വീട്ടിൽ വരുമ്പോൾ മാത്രം കൈമാറുന്ന നാട്ടുവിശേഷങ്ങളും കോളേജ് വിശേഷങ്ങളും. ആലോചിച്ചും ചാഞ്ചാടിയും തീരുമാനങ്ങളെടുക്കുന്ന ഗൗരിയെക്കാളും ഉറച്ച അഭിപ്രായങ്ങൾ എന്നും സുകുമാരന്റേതായിരുന്നു. കളത്തിപ്പറമ്പിൽ ആദ്യം കമ്മ്യൂണിസ്റ്റാവുന്നതും സുകുമാരനാണ്. സുകുമാരണ്ണന്റെ കൈപിടിച്ചു നടന്ന കുഞ്ഞുടുപ്പുകാരി ഗൗരി അണ്ണന്റെ ചുവുടുപിടിച്ചാണ് രാഷ്ട്രീയത്തിലും പ്രവർത്തിച്ചു തുടങ്ങിയത്. പിൽക്കാലത്ത് പ്രൊഫസർ ജോസഫ്

മുണ്ടശ്ശേരിയുടെ (മ്മടെ തൃശ്ശൂർത്തെ മുണ്ടശ്ശേരി മാഷ്ടെയ്) പ്രിയപ്പെട്ട ശിഷ്യനായിരുന്നു ഈ സുകുമാരൻ.

അണ്ണൻ ബി.എ. പാസ്സായി തിരുവനന്തപുരം ലോ കോളേജിൽ ചേർന്നു. ഗൗരിയും അന്ന് തിരുവനന്തപുരത്തുണ്ട്. ബി.എൽ. പാസ്സായപ്പോൾ അച്ഛൻ സുകുമാരണ്ണന് കല്യാണം തീരുമാനിച്ചു. തുടർന്ന് പഠിക്കാനുള്ള കാശ് പെണ്ണിന്റെ വീട്ടുകാർ ഒന്ന് രണ്ട് വട്ടം സുകുമാരനയച്ചുകൊടുത്തു. ഭാർഗവിയെ കണ്ട് ഇഷ്ടമായതിനാൽ സുകുമാരൻ കാശ് കൈപ്പറ്റി. എന്നാൽ പെട്ടെന്നൊരു ദിവസം കൂട്ടുകാരുമായിപ്പോയി പെണ്ണിനെ കണ്ട് തിരിച്ച് തിരുവനന്തപുരത്ത് ചെന്ന് കല്യാണത്തിൽ നിന്നും പിന്മാറി, കാശ് തിരിച്ചുകൊടുക്കാൻ പറഞ്ഞ് അച്ഛന് ഒരു എഴുത്തും അയച്ചു. അങ്ങനെ ഗൗരിയുടെയും സുകുമാരന്റെയും അച്ഛൻ ആദ്യമായി അപമാനിതനായി. അതും സ്വന്തം മകനാൽ തന്നെ. പ്രതാപിയെപോലെ കഴിഞ്ഞിരുന്ന അച്ഛൻ പട്ടിണി കിടന്നു. മൗനമായി ചിന്തിച്ചുകൊണ്ട് നേരം തള്ളിനീക്കി. ഇതിനിടയിൽ അണ്ണൻ BL പരീക്ഷ പാസ്സായി. എന്നിട്ടും വീട്ടിൽ വന്നില്ല. മുഴുവൻ സമയവും രാഷ്ട്രീയ പ്രവർത്തകനായി തിരുവനന്തപുരത്ത് താമസമായി.

അണ്ണൻ എന്ന പുണ്യവിഗ്രഹം ഗൗരിയുടെ മനസ്സിൽ കുറേശ്ശെയായി ഉടഞ്ഞുതുടങ്ങി. അണ്ണന്റെ പെണ്ണ് വീട്ടുകാരന്ന് തിരികെ കൊടുത്ത കാശും കൈയിൽ പിടിച്ച് വാക്കിന് വിലയില്ലാത്തവനാണെന്ന അപമാനവും പേറിയുള്ള അച്ഛന്റെ ഇരിപ്പ് കണ്ട് ഗൗരിക്ക് സഹിച്ചില്ല. പുറപ്പെട്ടു, ചേർത്തലയിൽ നിന്ന് തിരുവനന്തപുരത്തേക്കവൾ അണ്ണനെ കാണാൻ. അണ്ണനെയും കൂട്ടിക്കൊണ്ട് അച്ഛന്റെ മുന്നിലെത്തിയപ്പോൾ അച്ഛന്റെ നില കണ്ട് കൈവിട്ടുപോയ അവസ്ഥയിലെത്തിയിരുന്നു അണ്ണനും. ഒടുവിൽ അലസിപ്പോയെന്നു കരുതിയ ആ കല്യാണം തന്നെ നടന്നു.

ഭാർഗവി എന്ന ഏട്ടത്തിയെ അണിയിച്ചൊരുക്കാൻ ഏറ്റവും ഉത്സാഹം ഗൗരിക്കായിരുന്നു എങ്കിലും 'പെണ്ണ് അത്ര പോരാ' എന്ന തോന്നൽ കല്യാണപ്പെണ്ണിനെ കണ്ടപ്പോൾ മുതൽ ഗൗരിക്കു തോന്നിയിരുന്നു. പന്തലിലേക്കാനയിച്ച മണവാട്ടിപ്പെണ്ണിന്റെ പിന്നിൽ നിന്ന അനുജത്തിയുടെ മുഖത്ത് ഒളിച്ചിരുന്ന ആ തോന്നൽ വായിച്ചെടുക്കാൻ സുകുമാരനു മാത്രം സാധിച്ചുവെന്നു തോന്നുന്നു. അവൻ ചെറുതായൊന്നു പുഞ്ചിരിച്ചു.

സുകുമാരൻ കോൺഗ്രസ് സെക്രട്ടറിയാണ്. പക്ഷേ സഹവാസമൊക്കെ കമ്മ്യൂണിസ്റ്റുകാരോടും. കമ്മ്യൂണിസ്റ്റ് പാർട്ടിയുടെ മെമ്പർഷിപ്പെടുത്ത്

ഗൗരിയമ്മയുടെ വസതിക്കു മുന്നിൽ ലേഖിക

കയർ ഫാക്ടറി യൂണിയൻ വൈസ് പ്രസിഡന്റായതും കർഷകത്തൊഴിലാളി യൂണിയൻ പ്രസിഡന്റായതും ഒക്കെ വളരെപ്പെട്ടെന്നായിരുന്നു. എപ്പോഴും പാർട്ടി പ്രവർത്തനത്തിൽ മാത്രം വ്യാപൃതനായ അണ്ണൻ ഒരു ദിവസം ഭാര്യ ഭാർഗ്ഗവിയെ അവരുടെ സ്വന്തം വീട്ടിൽ കൊണ്ടാക്കി. പിന്നീട് അങ്ങോട്ട് പോയിട്ടേയില്ല. കൂടപ്പിറപ്പായ മൂത്തചേച്ചി മരിച്ചിട്ട് പിറ്റേദിവസം വന്ന് ചിത കെട്ടടങ്ങുന്നതിനുമുമ്പേ ഏതോ യോഗത്തിൽ പങ്കെടുക്കാൻ പോയ ഒരു പാർട്ടിക്കാരനായി മാറിക്കഴിഞ്ഞിരുന്നു ഗൗരിയുടെ സുകുമാരണ്ണൻ.

കർഷകത്തൊഴിലാളി പ്രസ്ഥാനത്തിൽ മാത്രം ശ്രദ്ധയൂന്നിക്കൊണ്ടുള്ള ഒരു ജീവിതമായിരുന്നു പിന്നീടങ്ങോട്ട് സുകുമാരന്റേത്. കളത്തിപറമ്പിലെ പയ്യൻ, BA. BL കാരൻ (വക്കീൽ) അങ്ങനെയൊക്കെയുള്ള കരുതലുകൾ ജനസമ്മിതി കൂടുതൽ ഉണ്ടാക്കിക്കൊടുത്തപ്പോൾ 'വീട്ടീന്ന് പച്ചവെള്ളം കൊടുക്കരുതവന്' എന്ന് അച്ഛൻ കല്പിച്ചു. എന്നാലും പാതിരാത്രിയിൽ ആരുമറിയാതെ അടുക്കള വാതിൽക്കൽ മുട്ടി അമ്മയുടെ കയ്യിൽ നിന്ന് ചോറ് വാങ്ങിത്തിന്ന് സുകുമാരൻ പോവുമ്പോൾ അച്ഛൻ സമാധാനത്തോടെ ചാവടിയിലെ വിളക്കണച്ചു കിടക്കാനായി പോകും. അന്നും ഇന്നും കാലമെത്ര മാറിയാലും മക്കളുടെ വയറു

വിശന്നാൽ നല്ലൊരു അച്ഛന്റെ നെഞ്ചിലെ തീയണയുമോ? ഗൗരിയുടെ അച്ഛൻ പതുക്കെ പതുക്കെ മൗനിയായി മാറി. പഴയ സംസാരം, ചിരി, ഊർജ്ജസ്വലത എല്ലാം നഷ്ടമായി. അമ്മയാവട്ടെ ചേർത്തലയിലെ സജീവ രാഷ്ട്രീയ പ്രവർത്തകനും പാർട്ടിക്ലാസുകളിലെ സുകുമാരൻ മാസ്റ്ററും ആയ അണ്ണനു കൃത്യമായി ഭക്ഷണം നൽകിപ്പോന്നു. സുകുമാരനാണെങ്കിലോ കാശില്ലാതെ നട്ടം തിരിഞ്ഞു. ഉച്ചയ്ക്ക് പലപ്പോഴും മുഴുപ്പട്ടിണിയിൽ. വെയിലും കൊണ്ടുനടന്നാണ് പാർട്ടി പ്രവർത്തനം. പതുക്കെ പതുക്കെ സ്ഥിരമായി കൂട്ടുകാരുമൊത്ത് ഉച്ചയൂണിന് വരാൻ തുടങ്ങി സുകുമാരണ്ണൻ. ഗൗരിക്ക് വീണ്ടും അവളുടെ പഴയ അണ്ണനെ തിരികെ കിട്ടാൻ തുടങ്ങി. ഒരു ഞായറാഴ്ച ജന്മനക്ഷത്രമായ അശ്വതി നാളിൽത്തന്നെ കളത്തിപ്പറമ്പൻ (ഗൗരിയമ്മയുടെ അച്ഛൻ) എന്നന്നേക്കുമായി യാത്രയായി. നെഞ്ചുവേദനയായിരുന്നു മരണകാരണം.

വീണ്ടും ഗൗരിയും അണ്ണനും ചെറുപ്പത്തിലെപ്പോലെ ഒന്നിച്ചായി. ആങ്ങളയെന്ന തണലും പെങ്ങളെന്ന സ്നേഹവും ഒത്തിണങ്ങിയപ്പോൾ രണ്ടാൾക്കും അച്ഛന്റെ മരണത്തിൽ നിന്നുള്ള ഒറ്റപ്പെടലിൽ നിന്നൊരു ആശ്വാസമായി. പുന്നപ്ര-വയലാർ സമരം കൊടുമ്പിരി കൊണ്ടുനിൽക്കുന്ന സമയത്ത് എവിടെയെല്ലാം തൊഴിലാളി സമ്മേളനം നടക്കുന്നുവോ അവിടെയെല്ലാം സി.പി. രാമസ്വാമി അയ്യരുടെ ഗുണ്ടകൾ വിളയാട്ടം നടത്തി. ആലപ്പുഴ യൂണിയനാഫീസിൽ വെടിവെപ്പു നടന്നു. രണ്ടുപേർ മരിച്ചു.

■

ഗൗരിയുടെ അണ്ണൻ

ഗൗരിയുടെ അണ്ണനെ കാണാതായിട്ട് ഒരു മാസത്തോളമായി. യൂണിയനാഫീസിലുണ്ടെന്ന് കേട്ടു. കുറെ തൊഴിലാളികൾ മരിച്ചു എന്നു കേൾക്കുന്നുണ്ട്. അണ്ണൻ അറസ്റ്റിലായോ എന്നറിയാൻ ഗൗരി തഹസിൽദാറുടെ ഭാര്യയോട് പോയി ചോദിച്ചു. ഇല്ല വയലാറുള്ള (ആലപ്പുഴ ജില്ല) ഒരു ക്യാമ്പിലുണ്ടെന്ന് അവർ പറഞ്ഞു. "ഇന്ന് രാവിലെ തഹസിൽദാർ അണ്ണനോട് മിണ്ടിയെന്നും ഗൗരിയോട് സങ്കടപ്പെടരുത് അണ്ണൻ ഉടനെയെത്തുമെന്നും" പറയാൻ പറഞ്ഞുവത്രെ. നാട്ടിലെ സ്ഥിതിഗതികൾ പിന്നെയും വഷളായിക്കൊണ്ടിരുന്നു. അമ്മ കുടുംബവീട്ടിലാണ്. ഗൗരി ചേർത്തലയിലും.

അമ്മയുടെ കൂടെ ആരുണ്ട്? അണ്ണൻ എവിടെയാണ്? ഗൗരിക്ക് ഒന്നുമറിയില്ല. അവൾ പകലും രാത്രിയും പൂജാമുറിക്കുള്ളിൽ കതകടച്ചിരിപ്പാണ്. ഗുണ്ടകൾ റോഡിൽ കള്ളു കുടിച്ച് ജാഥ നടത്തുന്നു. പട്ടാളഭരണമാണ്, ദൂരെ എവിടെനിന്നോ തുരുതുരെ വെടിശബ്ദം കേൾക്കുന്നുണ്ട്. വീട്ടിൽ കൊച്ചുകുട്ടികളടക്കം സംസാരിക്കാതെ ചെവി വട്ടംപിടിച്ച് ശ്വാസമടക്കിയിരുന്നു. വയലാറിലാണ് വെടിവെപ്പു നടന്നത്. തഹസിൽദാർ പോകുന്നുണ്ടെന്ന് പറഞ്ഞു. ഗൗരിക്ക് ഒരാവശ്യമേ ഉണ്ടായിരുന്നുള്ളൂ. കൂടിക്കിടക്കുന്ന ശവങ്ങൾ മൂടുന്നതിനു മുമ്പ് അണ്ണൻ ആ കൂട്ടത്തിലുണ്ടോ എന്നു നോക്കണം. മരിച്ചാൽ മരിച്ചു എന്നു പറഞ്ഞോളൂ. വൈകുന്നേരം വിവരം അറിഞ്ഞു. അവർ പറഞ്ഞതിങ്ങനെയാണ്. "സുകുമാരണ്ണൻ (അല്ല ഗൗരിയുടെ സുകുമാരണ്ണന്റെ ശവം) അക്കൂട്ടത്തിലില്ല." കുഞ്ഞനുജത്തിയെ തോളിലേറ്റി നടന്ന സുകുമാരണ്ണൻ മരിച്ചോ, ജീവിച്ചോ, അറിയില്ല. ഇന്നും ആരെ കണ്ടാലും ഉടനെ ഗൗരി വെറുതെ ചോദിക്കും, "സുകുമാരണ്ണൻ മരിച്ചതായി ആർക്കെങ്കിലും അറിയുമോ" എന്ന്.

അവരുടെ അസാധാരണ ജീവിതത്തിലെ ഒരു സാധാരണ ദിവസം. എന്നെ കണ്ടപ്പോഴും ആദ്യം അതുതന്നെയാണ് ചോദിച്ചത്. "എന്റെ അണ്ണനെ കണ്ടുവോ" എന്ന ചോദ്യം. ആദ്യം ഒന്നു പതറിയെങ്കിലും ഗൗരി എന്ന ഗൗരിയമ്മയെ കൂടുതലറിഞ്ഞപ്പോൾ ഞാനും അതു തിരിച്ചറിഞ്ഞു. ഗൗരിയമ്മയ്ക്ക് അവരുടെ അച്ഛൻ ആരാധ്യനായിരുന്നു

എന്നാൽ അവർ അച്ഛനെ അനുകരിച്ചില്ല. ചേട്ടൻ വഴികാട്ടിയായിരുന്നു പക്ഷേ അവർ ചേട്ടൻ തെളിച്ച വഴിയെ നടന്നില്ല. അനുകരണീയ വ്യക്തി പ്രഭാവമല്ല ഗൗരിയുടേത്. എല്ലാവരോടുമുള്ള ആദരവിനും വെറുപ്പിനു മിടയിൽ സ്വന്തമായി ഒരിടമുണ്ടാക്കി അവർ അതിൽ ഉറച്ചുനിന്നു. കാലം നൽകിയ കോലത്തിൽ ഗൗരി നിറഞ്ഞാടിയപ്പോൾ സ്വയമറിയാതെ സ്വാഭാവികമായ വെട്ടിത്തിരുത്തലുകളിലൂടെ ഗൗരി എന്ന ഇന്നിന്റെ/ നാളെ, ഒരു ചരിത്രമായി എഴുതപ്പെട്ടുകൊണ്ടിരിക്കും.

മനുഷ്യജീവിതത്തിൽ ഒരിക്കലെങ്കിലും സ്കൂളിന്റെ പടികയറിയവ നാണെങ്കിൽ അവന്റെ പ്രിയപ്പെട്ട ഓർമ്മകളെന്നും സ്കൂളിന്റെ ചുറ്റുമതി ലിന്നുള്ളിൽ അല്പനേരം തത്തിക്കളിക്കുന്നുണ്ടാവും. പഴയകാല ഗവൺ മെന്റ് സ്കൂളും കഞ്ഞിയും പയറും പുതിയകാല എ ഫോർ ആപ്പിൾ സ്കൂളും എന്നുള്ള തരംതിരിവുകളൊന്നും അത്തരം ഓർമ്മകൾക്ക് ഒരു ബാധകമേ അല്ല. ഒരുപക്ഷേ അതുകൊണ്ടായിരിക്കും പ്രായം കൂടുന്തോറും എല്ലാ തലമുറക്കാരും 'ഒരു വട്ടം കൂടിയെന്നോർമ്മകൾ മേയുന്ന തിരു മുറ്റ'പ്പാട്ടിനെ ഇന്നും നെഞ്ചോടു ചേർത്തുപിടിക്കുന്നത്.

'ഒരിക്കൽക്കൂടി പോണം നമുക്ക്' എന്നൊരാൾ പറഞ്ഞാൽ അത് സ്വന്തം സ്കൂളിലേക്കാവും, സംശയമില്ല. കഠിനഹൃദയത്തെപ്പോലും ആർദ്രമാക്കുന്ന നനുത്ത സ്പർശമാണ് ആ ഓർമ്മ. ഗൗരി പഠിച്ച ഭാരതീ വിലാസം സ്കൂളിന്റെ അന്നത്തെ ഹെഡ്മാസ്റ്റർ സുന്ദരയ്യർ സാർ ആയി രുന്നു. കറുത്തു തടിച്ച്, ഉയരം കുറഞ്ഞ്, തലമുടി പകുതി വടിച്ച് കുടുമ യുള്ള, നരച്ച കുറ്റിമീശക്കാരൻ സുന്ദരൻമാഷ്. എടുത്താൽ പൊങ്ങാത്ത ജിവിതഭാരം ഉത്തരത്തിൽ മുട്ടുമ്പോഴും ഒരു സ്ത്രീ അതു താങ്ങി നിൽ ക്കാൻ കെല്പുള്ളവളാണ്. എന്നാൽ പുരുഷനോ? സ്ഥിരമായി ഷേവു ചെയ്തില്ലെങ്കിൽ, നാലു കുറ്റിരോമം ഒരു ദിവസത്തെ മുഴുവൻ നശിപ്പിച്ചു എന്നു സ്വയം ശപിക്കുന്നവരാണ് ഒട്ടുമിക്ക പുരുഷന്മാരും. സുന്ദരൻമാഷ്ടെ കാര്യമാവട്ടെ സ്വന്തം ജാതിക്കാരൻ ക്ഷുരകൻ തന്നെ മുഖം വടിക്കണം എന്നത് നിയമമായിരുന്ന കാലത്ത് അയാൾ ആ തൊണ്ണൻകത്തി കല്ലി ലുരച്ച് പത്തിരുപത് പ്രാവശ്യം മൂർച്ചകൂട്ടി മുഖംവടിച്ചാലും അത് കറകറ ശബ്ദിക്കാതിരിക്കില്ല. ഈ കത്തിപ്രയോഗം കഴിഞ്ഞാൽ മുഖമാകെ ചുട്ടു നീറാൻ തുടങ്ങും. കത്തികൊണ്ടുള്ള ഈ ചെത്തിക്കോരലിന്റെ അനന്തര ഫലമെന്നോണം പരമസാധുവായ, സുന്ദരൻമാഷ് മുഖം ക്ഷൗരം ചെയ്യുന്ന ദിവസങ്ങളിലെല്ലാം അതീവകോപിഷ്ഠനായിരുന്നു. അന്നേ ദിവസം മാഷ്ടെ കൈയ്യീന്ന് അടികൊള്ളാത്ത കുട്ടികളില്ല എന്നു വേണം പറയാൻ.

രണ്ടാഴ്ച കൂടുമ്പോൾ ഒരിക്കലാണ് മാഷ് ക്ഷൗരം ചെയ്യുക. എന്താ യാലും മാഷ് താടി നീട്ടി വളർത്താൻ ഈ ഭൂമിയിൽ ഏറ്റവും കൂടുതൽ ആഗ്രഹിച്ചത് ഭാരതീവിലാസത്തിലെ കുട്ടികളാണ്. രണ്ടാഴ്ച കൂടുമ്പോ ഴുള്ള കുട്ടികളുടെ കോൽപ്പേടിയങ്ങ് ഒഴിവായിക്കിട്ടുമല്ലോ.

■

സ്കൂൾ ഓർമ്മകൾ

കടപ്പുറം പപ്പുസാറിന്റെ സ്കൂളിൽ നിന്നും ഭാരതീവിലാസം സ്കൂളിലേക്കെത്തിയ ഗൗരിയുടെ മനസ്സിൽ സ്കൂളിനേക്കാളേറെ സ്കൂൾയാത്രയിൽ വഴിനീളെ നടന്ന ഓരോരോ സംഭവങ്ങളും അടുക്കും ചിട്ടയോടും കൂടി ഓർമ്മ വരും. പൂച്ചെട്ടിക്കായ കമ്മലുപോലെ കാതിൽ തിരുകിയതും മൂക്കു ചൊറിഞ്ഞുകാട്ടുമ്പോൾ വടിയുമായി കുട്ടികളെ തല്ലാനോടിക്കുന്ന കാകൻ പൊട്ടൻ എന്ന കാലിമേയ്ക്കുന്ന ചെക്കനും പാടവരമ്പത്തുകൂടെയുള്ള യാത്രയും ഞാറപ്പഴവും അച്ചിങ്ങാപ്പുളിയും കണ്ണിമാങ്ങയും എന്നുവേണ്ട പുസ്തകമല്ലാതെ ബാക്കി അന്ന് ഈ ഭൂമിയിൽ എന്തൊക്കെയുണ്ടായിരുന്നോ അതൊക്കെ ഓർമ്മ വരും.

നല്ല മാർക്കോടെ നാലാംക്ലാസ് പാസ്സായ ഗൗരി ഇംഗ്ലീഷ് പഠിക്കാനായി തുറവൂര് TDHS ൽ ചേർന്നു. ഇന്നും ആലപ്പുഴ ജില്ലയിൽ ആ TDHS ഉണ്ട്. ഓറഞ്ച് കളർ പാവാടയും വെള്ള ഷർട്ടും ധരിച്ച് ടൗണിലൂടെ നടക്കുന്ന പെൺകുട്ടികൾ ടി ഡി സ്കൂളിലെയാണെന്ന് ആലപ്പുഴക്കാർക്ക് നന്നായറിയാം. പക്ഷേ അന്നത്തെക്കാലത്ത് ഗൗരിക്ക് യൂണിഫോമൊന്നും ഉണ്ടായിരുന്നില്ല. ബാക്കി കുട്ടികളെല്ലാം വല്യപാവാടയും ഷർട്ടും. ഗൗരി മാത്രം മുട്ടറ്റം വരെയുള്ള പാവാടയും ഷർട്ടും. അതിന് പ്രത്യേകിച്ച് കാരണമൊന്നുമില്ല. വീട്ടീന്ന് കൊടുത്തത് അതാണ് അത്രേയുള്ളൂ കാര്യം.

ഗൗരി സ്കൂളിൽ ചേരുന്ന ദിവസം കളത്തിപറമ്പ് വീട് അവളെ യാത്രയാക്കാനുള്ള തയ്യാറെടുപ്പിലായിരുന്നു. ചേച്ചിയാണ് ഗൗരിയെ മുടി ചീകി കെട്ടിച്ചതും കണ്ണെഴുതിച്ചതുമൊക്കെ. വീട്ടിലെ എല്ലാവരോടും ഓടിനടന്ന് യാത്ര പറഞ്ഞതും ഉടുപ്പ് മുഷിയുമെന്ന വഴക്കുകേട്ടതും അച്ഛന്റെ അനുഗ്രഹം വാങ്ങിയതും പത്രാസോടെ ഇംഗ്ലീഷ് സ്കൂളിലേക്ക് തലയുയർത്തിപിടിച്ചു നടക്കുംവഴി തിരിഞ്ഞുനോക്കിയപ്പോൾ വീട്ടുമുറ്റത്ത് യാത്രയാക്കാനായി വന്നുനിന്ന കുടുംബക്കാരെ കണ്ടതുമെല്ലാം (അപ്പോഴാണ് ഇംഗ്ലീഷ് സ്കൂളിൽ പഠിക്കാൻ പോവുന്ന കാര്യത്തിന്റെ ഗൗരവം മനസ്സിലായത്.) ഗൗരി ഇന്നലെത്തേതുപോലെ ഓർക്കുന്നു.

വീട്ടിൽ നിന്ന് സ്കൂളിലേക്ക് ഒരുപാട് ദൂരമുണ്ട്. പോയിവരാനുള്ള ബുദ്ധിമുട്ടു കാരണം മനക്കോടൻ കേശവൻ വൈദ്യൻ നടത്തിയിരുന്ന 'സദന'ത്തിൽ (ഇന്ന് ഹോസ്റ്റൽ എന്ന അർത്ഥമാണ് 'സദനം'എന്ന ഈ വാക്കിന്) താമസിപ്പിക്കാൻ വീട്ടുകാർ തീരുമാനിച്ചു. സദനത്തിൽ അന്ന് വിരലിലെണ്ണാവുന്ന വിദ്യാർത്ഥികളെ താമസമുള്ളൂ. ആൺപെൺ തരംതിരിവൊന്നുമില്ല എല്ലാവരും ഒന്നിച്ചാണ് താമസം. തലയിലെ പേൻ നോക്കാൻ ആളില്ലാത്തതുകൊണ്ടും ചൊറി വരാതിരിക്കാനും വേണ്ടി അച്ഛന്റെ പ്രത്യേക നിർദ്ദേശപ്രകാരം ഗൗരിയുടെ മുടി ക്രോപ്പ് ചെയ്തിരുന്നു. സുകുമാരണ്ണനും കൂടെയുണ്ട്, നേരത്തെ പറഞ്ഞിരുന്നുവല്ലോ? അവരൊരുമിച്ചാണ് എപ്പോഴും ഓട്ടം, ചാട്ടം, ഗോലി, കുടുകുടു അങ്ങനെ കളിയോടുകളിയാണ് രണ്ടാളും എപ്പോഴും. ഗൗരിയാണെങ്കിലോ അഞ്ചു ദിവസത്തേക്ക് എഴുതാനുള്ളതൊക്കെ നേരത്തെ എഴുതിവെയ്ക്കും. ഒരിക്കൽ സാറ് കണ്ടുപിടിച്ച് അടികൊടുത്തു. അന്നൊരിക്കൽ മാളികപ്പുറത്തൂന്ന് ഗൗരി താഴെ വീണു. പഴയകാലത്ത് തട്ടിൻപുറമൊക്കെയുള്ള സ്കൂളാണ്. തട്ടിൻപുറത്തിനെ മാളിക എന്നും പറയാറുണ്ട്.

വിദ്യാസമ്പന്നനാണെങ്കിലും ഹെഡ്മാസ്റ്റർ, കേളുവൈദ്യനെ വിളിക്കുന്നതിനും മുൻപേ ആദ്യം മന്ത്രവാദിയെ വിളിക്കാനാണ് ആളെ അയച്ചത്. ചാരുകസേരയിലിരുത്തിയാണ് ഗൗരിയെ വൈദ്യന്റെയടുത്ത് എത്തിച്ചത്. നാലുമണിയായി ബോധം വീണപ്പോൾ. ദൈവാധീനം കൊണ്ടു മാത്രം രക്ഷപ്പെട്ടതാണ്. എന്തായാലും ഫസ്റ്റ്ഫോമിലെ (അഞ്ചാംക്ലാസിലെ) പരീക്ഷ ജയിച്ചപ്പോൾ ഗൗരിയേയും അണ്ണനേയും ചേർത്തല ഹൈസ്കൂളിലാക്കി. ഗൗരി കോളേജിലെത്തി. കോളേജുകളെക്കുറിച്ച് പറയുമ്പോൾ ഏതു പുരോഗമനമില്ലാത്ത നാട്ടിലും ഒരു മോഡേണിസത്തിന്റെ കാറ്റുവീശുമല്ലോ. അന്നൊക്കെ സ്ത്രീകളെ പഠിപ്പിച്ച് ജോലിക്ക് വിടുക എന്നുള്ളത് സർവ്വസാധാരണമല്ല. പ്രായമായാൽ പെണ്ണിനു പറ്റിയ നല്ല ഒരു പയ്യൻ, (തരപ്പെട്ടാൽ ഒരു ഗവൺമെന്റ് ജോലിക്കാരൻ) കല്യാണം, പിള്ളാര് എന്നിങ്ങനെയാണ് ഒട്ടുമിക്ക പെണ്ണുങ്ങളുടെയും ജീവിതത്തിന്റെ തിരക്കഥ. അതിപ്പോൾ അന്ന് എന്നൊന്നുമില്ല ഇന്നും അങ്ങനെയൊക്കെത്തന്നെയാണ്.

സഹോദരനും സർവോപരി കൂട്ടുകാരനുമായ അണ്ണൻ തോറ്റതുകൊണ്ട് ഗൗരി ഒറ്റയ്ക്കാണ് കോളേജിൽ ചേർന്നത്. എറണാകുളം മഹാരാജാസ് കോളേജിലേക്ക് ചേർത്തലയിൽ നിന്നും ബോട്ടുമാർഗമാണ് യാത്ര. അന്നത്തെ പ്രിൻസിപ്പൽ എച്ച്.ആർ. മിൽസ് ആയിരുന്നു. ഒരു ഇംഗ്ലീഷുകാരൻ. ഒന്നാംഗ്രൂപ്പിൽ (കണക്ക്) ആളു തികഞ്ഞതുകൊണ്ട് മൂന്നാംഗ്രൂപ്പിൽ ചരിത്രം പഠിക്കാനാണ് ഗൗരിക്ക് അവസരം കിട്ടിയത്. ■

സദനം ഹോസ്റ്റലിൽ

ചിറ്റൂർ റോഡിന്റെ സൈഡിലുള്ള സദനം ഹോസ്റ്റലിൽ താമസവും ശരിയാക്കി ഗൗരിയുടെ അച്ഛനും ഇളയച്ഛനും യാത്രയായി. സദനം, പെൺകുട്ടികൾക്ക് മാത്രമുള്ളതാണ്. തപസിനിയാണ് അതിന്റെ സ്ഥാപക മെമ്പറിൽ പ്രധാനി. ദിവസങ്ങൾ ആഴ്ചകളും ആഴ്ചകൾ മാസങ്ങളും മാസങ്ങൾ വർഷങ്ങളുമായി കാലങ്ങൾ കടന്നുപോയപ്പോൾ കുഞ്ഞുടുപ്പുകാരി ഗൗരി, പാവാടക്കാരിയിൽ നിന്നും സാരിക്കാരിയായി. കുറ്റിപ്പുഴ സാറിന്റെ മലയാളം ക്ലാസിൽ തമാശകൾ കേട്ട് പൊട്ടിച്ചിരിക്കുന്ന 'വലിയ ഫ്രെയിമുള്ള കണ്ണട വെയ്ക്കുന്ന' കോലൻ മുടിക്കാരി ഗൗരി സുന്ദരിയായിരുന്നു. സ്ഥിരം ഒരു കലാകാരിയൊന്നുമല്ലെങ്കിലും കോളേജിൽ അത്യാവശ്യം ചില പാട്ടുകളിലും നാടകങ്ങളിലുമൊക്കെ ഗൗരിയമ്മയും തിളങ്ങിയിട്ടുണ്ട്. ഒരിക്കൽ ഒരു രാത്രിയിൽ ഇരുട്ടിന്റെ മറവിൽ ഹോസ്റ്റലിൽ കയറിയ കള്ളനെ അടിച്ചുവീഴ്ത്തി ഗൗരി.

വിദ്യാർത്ഥി സംഘടനകളോ രാഷ്ട്രീയമോ അക്കാലത്ത് കോളേജുകളിൽ പതിവില്ലായിരുന്നു. പഠിക്കുക, പാസ്സാവുക എന്നൊരു ലക്ഷ്യം മാത്രമാണ് ഉണ്ടായിരുന്നത്. മഹാരാജാസിൽ ഇന്റർമീഡിയറ്റി(പ്രീഡിഗ്രിയെക്കാളും പഴയ പ്രീഡിഗ്രി ഇന്നത്തെ പ്ലസ്ടു)നുശേഷം ബി.എ.യ്ക്ക് ഗൗരി എറണാകുളം സെന്റ് തെരേസാസിലാണ് ചേർന്നത്. ക്ഷേത്ര പ്രവേശനസമരങ്ങളും രണ്ടാം ലോകമഹായുദ്ധവും ആദ്യമായി ഒരു രാഷ്ട്രീയജാഥയിൽ പങ്കെടുത്തതുമായ ഓർമ്മകൾ മാത്രമേ കന്യാസ്ത്രീമാരുടെ കോളേജിൽ ഗൗരിക്ക് കൂട്ടിനായുള്ളൂ. അന്നൊക്കെ വലിയ ഒരു കവിയാകണമെന്നതായിരുന്നു ഗൗരിയുടെ ആഗ്രഹം. തിരുവനന്തപുരത്ത് ലോ കോളേജിലെ BL ക്ലാസുകളിലാണ് ഗൗരിയുടെ കലാലയത്തിന്റെ മധുരസ്മരണകൾ എന്നും ചെന്നെത്തിനിൽക്കുന്നത്. സൈക്കിൾ ചവിട്ടിനും പോൾവോൾട്ടിനുമൊക്കെ സമ്മാനം വാങ്ങിയ മിടുക്കിക്കുട്ടി, സദനത്തിലെതന്നെ ഓരോരോ കഥാപാത്രങ്ങളെയും അനുകരിച്ച് നടത്തിയ പറയൻ തുള്ളൽ (ഓട്ടൻതുള്ളലിന്റെ വേഷം സംഘടിപ്പിക്കാൻ

നോക്കിയതാണ്. എന്നാൽഅത് സമയത്ത് കിട്ടിയില്ല) വൻവിജയമായിരുന്നു.

മഹാരാജാസിൽ പഠിക്കുന്ന കാലത്ത് ഒരുദിവസം അന്നത്തെ മലയാളം അദ്ധ്യാപകനും പ്രശസ്തകവിയുമായ കുറ്റിപ്പുഴ കൃഷ്ണപിള്ള സാർ ക്ലാസിൽ ഒത്തുകൂടിയ കുട്ടികളെക്കൊണ്ട് രമണൻ ഉറക്കെ ചൊല്ലിപ്പിച്ചു. ഏതൊരു മലയാളിക്കും കാണാതെ അറിയാവുന്ന ആ വരികൾ.

"കാനനച്ഛായയിലാടുമേയ്ക്കാൻ
ഞാനും വരട്ടെയോ നിന്റെ കൂടെ?"

കുട്ടികൾ ആവേശത്തോടെ ഏറ്റുചൊല്ലിക്കൊണ്ടിരുന്നപ്പോഴാണ് സാറിന്റെ ചോദ്യം വന്നത്.

"നിങ്ങൾക്ക് ചങ്ങമ്പുഴയെ കാണണോ?"

കുട്ടികൾക്ക് ഹരമായി. ഗൗരിയുൾപ്പടെയുള്ള കുട്ടികൾ ഒറ്റക്കെട്ടായി ഉറക്കെ വിളിച്ചു പറഞ്ഞു.

"കാണണം, കാണണം"

(കലാലയത്തിന്റെ മറുപടിക്ക് അന്നും ഇന്നും ഒരു പ്രത്യേക ഈണവും താളവുമാണല്ലോ കാണണം, കാണണം, കാണണം)

അപ്പോൾ സാറ് വിളിച്ചു പറഞ്ഞു, "എടോ ചങ്ങമ്പുഴേ, താൻ ഒന്ന് എഴുന്നേറ്റ് നിന്നേ, ഇവരൊന്ന് കാണട്ടെന്ന്"

എല്ലാവരുടെയും ആകാംക്ഷ നിറഞ്ഞ, നോട്ടം ചെന്നുനിന്നത് ആൺകുട്ടികളുടെ കൂട്ടത്തിൽ നിന്ന് എഴുന്നേറ്റു നിന്ന, കറുത്തു മെലിഞ്ഞ്, ഉയരം കൂടിയ, അനുസരണയില്ലാത്ത മുടിയുള്ള, എന്നാൽ അനുസരണ ശീലം വേണ്ടുവോളമുള്ള ഒരു പാവം പയ്യനിലായിരുന്നു. പിന്നീട് കോളേജിലെങ്ങും കവിയെ കാണാനുള്ള കൂട്ടമായിരുന്നു. പെൺകുട്ടികളിൽ പലരുടെയും പ്രധാനപണി അതുമാത്രമായിരുന്നു എന്നു പറയുന്നതാവും ശരി. വല്ലപ്പോഴും മാത്രം ക്ലാസ്സിൽ വരുന്ന അതും കൃത്യമായി സമയം തെറ്റി മാത്രമേ ക്ലാസിൽ വരികയുള്ളൂ എന്ന നിർബന്ധമുള്ള ആ കൊച്ചുകവിക്ക് അന്നത്തെ ചെറുപ്പക്കാരുടെ ജീവശ്വാസമായ കവിതയെഴുതിയതിന്റെ അഹങ്കാരമൊന്നും തീരെയില്ലായിരുന്നു. ഒട്ടുമിക്ക പെൺകുട്ടികളുടെയും പേരറിയാമായിരുന്നു എന്നുമാത്രമല്ല വഴിയിൽ വെച്ച് ആരെക്കണ്ടാലും അവിടെ നിന്ന് വർത്തമാനം പറയുന്ന പ്രകൃതക്കാരനും നിർന്നിമേഷഭാവമുള്ള ഒരു സ്വപ്നസഞ്ചാരിയുമായിരുന്നു ഗൗരിയുടെ സഹപാഠി ചങ്ങമ്പുഴ കൃഷ്ണപിള്ള.

സ്വന്തം കവിതകൾ പോലെ തന്നെ കേട്ടു മതിയാവും മുൻപേ നിലച്ചുപോയ ആ ഈരടികൾ, ഗൗരിയെ ചങ്ങമ്പുഴ എന്ന കൂട്ടുകാരന്റെയും താൻ പഠിച്ച കലാലയത്തിന്റെയും ഓർമ്മകളിൽ എന്നും കൊണ്ടെത്തിക്കാറുണ്ട്.

“ചങ്ങമ്പുഴ കല്യാണമാലോചിച്ചപ്പോൾ ഞാനതു വേണ്ടെന്നു പറഞ്ഞു”, എന്ന് അടുത്തിടയ്ക്ക് ഗൗരിയമ്മതന്നെ പറഞ്ഞു.

“ഓ, പിന്നേ! എന്ന് മനസ്സാലേ മുഖം കോട്ടിയവരുണ്ടാവാം. ജരാനരകൾ ബാധിച്ച, നൂറുവയസ്സുതികഞ്ഞ, പതറിപ്പോയ ശബ്ദമുള്ള അവരോട് ചെറിയ ഒരു കുശുമ്പിന്റെ അംശമെങ്കിലും ഒളിഞ്ഞുകിടക്കുന്ന ആ ചിറികോട്ടലിന് രഹസ്യമായ ഒരുത്തരമേയുള്ളൂ, അസൂയപ്പെടേണ്ട തക്ക വ്യക്തിപ്രഭാവത്തിനുടമയാണവർ. കാരണം ഗൗരിയമ്മയുടെ ഓരോ ജീവിതസന്ദർഭങ്ങളിലും കേരളചരിത്രത്തിന്റെ സ്പന്ദനമുണ്ട്.

ശ്രീനാരായണഗുരു, കുമാരനാശാൻ, ചങ്ങമ്പുഴ, സ. കൃഷ്ണപിള്ള, ജോസഫ് മുണ്ടശ്ശേരി തുടങ്ങിയ നിരവധി പേർ ഉൾപ്പെടുന്ന അദ്ധ്യായങ്ങളാണ് ആ ഒരൊറ്റ ജീവിതം. സ്വാതന്ത്ര്യത്തിന് മുൻപും പിൻപും കേരളം നടന്ന വഴിയിൽ ഒപ്പം നടന്ന സ്ത്രീയാണവർ. കാര്യങ്ങൾ പറയുമ്പോൾ കാലഘട്ടം ചിന്തിക്കാതെ മറുപടി നൽകുന്ന ചരിത്രാന്വേഷികളുള്ള കാലമായതിനാലാവും പല വ്യക്തിഗതഅനുഭവങ്ങളും നിസ്സാരവത്ക്കരിക്കപ്പെടുന്നത്.

ജനപ്രിയ സിനിമകൾക്ക് തിരശ്ശീലയിൽ കാലത്തെ പിറകോട്ട് കൊണ്ടുപോകാനാവുമെങ്കിലും നേർക്കാഴ്ചയിൽ കാലത്തെ ഗ്രഹിക്കാൻ അൽപ്പം പിന്നോട്ടാണ് പുത്തൻ തലമുറയെന്നതിൽ തർക്കമില്ല.

■

പ്രണയലേഖനം

1930കളിൽ പത്താം ക്ലാസ്സിൽ പഠിക്കുന്ന ഗൗരിക്ക് തന്റെ ജീവിതത്തിൽ ആദ്യമായി കിട്ടുന്ന പ്രണയലേഖനം. തിരുവനന്തപുരത്ത് കോളേജിൽ പഠിക്കുന്ന അകന്ന ബന്ധത്തിൽപ്പെട്ട ഒരു ചെറുപ്പക്കാരൻ വീട്ടിൽ വന്ന് ഗൗരിയെ വിളിച്ച് അവളുടെ കയ്യിൽ ഏൽപ്പിച്ചതാണ് ആ കത്ത്. മറുപടി കൊടുക്കണമെന്ന് അതിലുണ്ടായിരുന്നിട്ടും ഗൗരി അത് ആരോടും പറയാതെ പെട്ടിയിൽ ഭദ്രമായി സൂക്ഷിച്ചത് എന്തു മറുപടി പറയണം എന്നാലോചിക്കാൻ വേണ്ടി മാത്രമായിരുന്നു. അപ്പോഴേക്കും ചേച്ചി അത് കണ്ടുപിടിച്ചു. ആ എഴുത്ത് പിന്നീട് അവന്റെയും അവളുടെയും മുഴുവൻ കുടുംബക്കാരും വായിച്ച് കോലാഹലമായി. ആകപ്പാടെ കശപിശയായി. പ്രശ്നങ്ങളെല്ലാം കെട്ടടങ്ങിയതിനുശേഷം കോളേജ് പഠനകാലമായ പ്പോഴാണ് ഗൗരി ആ യുവാവിനൊരു മറുപടി കൊടുക്കാൻ തയ്യാറായത്. പ്രേമിക്കാൻ പറ്റില്ല എന്ന വെട്ടിത്തുറന്നുള്ള പറച്ചിൽ കേട്ട ചെറുപ്പക്കാരൻ ആദ്യം ഒന്നന്ധാളിച്ചു, എങ്കിലും പിന്നീട് ഗൗരിയുടെ സുഹൃത്തുക്കളിൽ ഒരാളായി മാറി.

കോളേജിന്റെ അവധിദിവസങ്ങളിൽ ഗൗരി വീട്ടിലെത്താറുണ്ട്. നാട്ടിൽ തന്നെയുള്ള കോളേജിൽ പഠിക്കുന്ന മറ്റു കുട്ടികളും ഗൗരിയുടെ വീട്ടിൽ ഒത്തുകൂടും. സമൂഹത്തിൽ നടക്കുന്ന പല കാര്യങ്ങളെക്കുറിച്ചും അവർ ചർച്ച ചെയ്യും. വാദപ്രതിവാദങ്ങൾ നടത്തും മിക്കപ്പോഴും കൂട്ടുകാരെല്ലാം ഗൗരിയുടെ വീട്ടിൽ തന്നെ താമസിച്ച് പിറ്റേന്നാണ് മടങ്ങാറ്. സവർണ്ണ, അവർണ്ണ ജാതിപ്രശ്നങ്ങൾ കൊടുമ്പിരികൊണ്ടു നിന്ന കാലമായതിനാൽ ഈഴവകുടുംബത്തിൽ വരുന്ന എല്ലാ കൂട്ടുകാരും ഈഴവർ തന്നെയായി രിക്കും. ഇത്തരം ചർച്ചകളിൽ എതിർചേരിയിൽ നിൽക്കുന്ന ഗൗരിയുടെ കളിക്കൂട്ടുകാരനുമായി (പഴയ ലൗലെറ്റർകാരനല്ല. ഇത് വേറെ) എല്ലാവ രോടും എന്നപോലെ പ്രതികരിക്കാറുണ്ടെങ്കിലും പോകുന്നതിന് മുമ്പ് ഒരു തവണയെങ്കിലും പരസ്പരം ഒന്നുനോക്കും. ആ നോട്ടത്തിന് പണ്ട് സുകുമാരണ്ണന്റെ ചൂണ്ടയിൽ മീൻകൊത്തുമ്പോലെ ഗൗരിയുടെ ഹൃദയ ത്തിലെവിടെയോ ഒരു ചൂണ്ട കൊളുത്തി വലിക്കുന്ന തോന്നലാണ്. എന്നാൽ ഗൗരിക്ക് അന്നും കാമുകിയുടെ ചിണുക്കം ഒന്നുമില്ലായിരുന്നു.

ഈ പ്രണയത്തിന്റെ ഭവിഷ്യത്തുക്കളെക്കുറിച്ചും അതുകൊണ്ട് ഇനി മേലാൽ തമ്മിൽ കാണരുതെന്നും എഴുത്തെഴുതരുത് എന്നുമൊക്കെ ഒരു അധികാരിയുടെ വീറോടെ ഗൗരി കൂട്ടുകാരനെ പറഞ്ഞു മനസ്സിലാക്കും. രണ്ടാളും രണ്ടു കോളേജിലാണ് പഠിച്ചിരുന്നത്. ഇനിയും കത്തുകളൊന്നും എഴുതില്ലെന്ന ഉറച്ച തീരുമാനത്തിൽ ബലംപിടിച്ചു നിൽക്കുമെങ്കിലും കുറച്ചു ദിവസമാകുമ്പോഴേക്കും ഗൗരിക്ക് വീണ്ടും എഴുത്തുകൾ വന്നു തുടങ്ങും. ഒന്നു രണ്ടെണ്ണം വന്നുകഴിയുമ്പോൾ അവളും മറുപടിയെഴുതും. മാതാപിതാക്കളേയും സഹോദരങ്ങളേയും വേദനിപ്പിക്കരുതെന്നും ബന്ധം തുടരാതിരിക്കാനുള്ള പോംവഴികളെക്കുറിച്ചുമൊക്കെയാണ് രണ്ടാളും എഴുതുക. എത്രയെഴുതിയാലും ഒരു തീരുമാനത്തിലെത്താതെ ഒടുവിൽ വരുന്നിടത്തുവെച്ച് കാണാം എന്ന വരിയിൽ എഴുത്തുകൾ നിർത്താറാണ് പതിവ്. ബി.എയ്ക്ക് നല്ലരീതിയിൽ പാസ്സായെങ്കിലും പ്രേമം വീട്ടിലറിഞ്ഞതുകൊണ്ട് റിസൾട്ട് പ്രേമത്തിന്റെ വെള്ളപ്പൊക്കത്തിൽപെട്ട് ഒലിച്ചുപോയി.

ഗൗരിയുടെ മനസ്സിൽ ആഴത്തിൽ തട്ടിയ പ്രേമമൊന്നും ആയിരുന്നില്ല അത്. അതുകൊണ്ടുതന്നെ കുടുംബത്തുള്ളവരെ വിഷമിപ്പിക്കാതിരിക്കാനും കാമുകനെ മുഖാമുഖം കാണാതിരിക്കാനുമായി ഗൗരി ഒരു വഴി കണ്ടെത്തി. പത്രത്തിൽ കണ്ട ഒരു പരസ്യത്തിന് മറുപടി അയയ്ക്കുക എന്നതായിരുന്നു അത്. മദ്രാസിലെ ക്യൂൻ മേരീസ് കോളേജിൽ ഇക്കണോമിക്സിൽ ഒരു ട്യൂട്ടർ പോസ്റ്റ് (അദ്ധ്യാപിക) ഒഴിവുണ്ടെന്നാണ് പരസ്യം. അവരാണ് അപേക്ഷാ ഫോം അയച്ചുതരുന്നത്. ഗൗരി അപേക്ഷാ ഫോം ആവശ്യപ്പെട്ടുകൊണ്ട് മദ്രാസിലേക്ക് കത്തയച്ചു. പ്രേമം ഒരു പ്രശ്നമായിത്തീർന്നതിനാൽ ഗൗരിക്കു വരുന്ന കത്തുകളെല്ലാം അച്ഛൻ പൊട്ടിച്ചുവായിക്കുമായിരുന്നു. അതുകൊണ്ട് അപേക്ഷ ഫോം കിട്ടിയതും അച്ഛന്റെ കൈയിലാണ്. ജോലിയോടൊപ്പം എം.എ.യ്ക്കുള്ള പഠിത്തവും നടത്തിക്കോളാം എന്ന് ഗൗരി പറഞ്ഞപ്പോൾ, "നീ ഒരു വക്കീലാവണം അന്നാചാണ്ടി വക്കീൽ കേസുവാദിക്കുംപോലെ വക്കീൽ പണിയിൽ പ്രശസ്തയാവണം അതുമാത്രമാണ് എന്റെ ആഗ്രഹം' എന്നായിരുന്നു അച്ഛന്റെ മറുപടി. അച്ഛനോടും ചേട്ടനോടും ചേച്ചിയോടും ഇനി പ്രേമം തുടരുകയില്ലെന്ന് വാക്കുകൊടുത്താൽ മാത്രം മതിയെന്നാണ് അച്ഛന്റെ ആവശ്യം. ഇത്രയധികം തന്നെ വിശ്വസിക്കുന്ന കുടുംബത്തെ വിട്ട് വേറെ ഒരു ബന്ധവും വേണ്ടെന്നുതന്നെ ഗൗരി തീരുമാനിച്ചു. അങ്ങനെ ഇനി ആ ബന്ധം തുടരുകയില്ലെന്ന് വീട്ടിൽ വാക്കുകൊടുത്ത് ഗൗരി ലോ കോളേജിൽ ചേർന്നു.

ഗൗരിയുടെ അമ്മയെപ്പറ്റി ഒന്നും പറയാത്തതുകൊണ്ട് അവരിതറിഞ്ഞില്ലേ എന്നു വിചാരിക്കണ്ട. മുഖം വീർപ്പിക്കാനും ശകാരിക്കാനും തവിക്കണകൊണ്ട് അടിക്കാനൊരുമ്പെട്ടുമൊക്കെ ഇത്തരം കാര്യങ്ങളിൽ എല്ലാ അമ്മമാരെയും പോലെ പാർവ്വതിയമ്മയും മുന്നിൽതന്നെയുണ്ട്.

ഗൗരിയെ അറിഞ്ഞിടത്തോളം വെച്ച് ഗൗരി അച്ഛനു കൊടുത്ത വാക്ക് തെറ്റിക്കുമെന്ന് തോന്നുന്നുണ്ടോ? ഗൗരിയങ്ങനെയാണ്. ആ കളത്തിപറമ്പുകാരിയുടെ ജീവനും വാക്കിനും ഒരേവിലയാണ്. അതുകൊണ്ട് ആ പ്രണയകഥയ്ക്ക് അവിടെ അതിവേഗം തിരശ്ശീല വീണു.

പെണ്ണിനെന്നും തന്റെ അനുരാഗമെഴുതാൻ കൃഷ്ണനെന്ന സൗന്ദര്യത്തെ കൂട്ടുപിടിക്കണം. എന്നിട്ടും വിളിപ്പുറത്തെത്തുന്ന കണ്ണനെവിട്ട് പാഞ്ചാലി അവളുടെ പ്രണയം നൽകിയത് ആ പാർത്ഥനു മാത്രമായിരുന്നില്ലേ, പ്രണയമങ്ങനെയാണ്. അത് എല്ലാവർക്കും തോന്നുന്നതാവണമെന്നില്ല. എല്ലാവരോടും തോന്നുകയുമില്ല. ടി.സി. വർഗ്ഗീസ് എന്ന സാമാന്യം ഭേദപ്പെട്ട അരിക്കച്ചവട മൊത്തവ്യാപാരിയുടെ രണ്ടാമത്തെ മകനായിരുന്നു തോമസ് എന്ന ഉമ്മച്ചൻ. മഹാരാജാസിൽ ഗൗരി ബി.എ.യ്ക്കു പഠിക്കുമ്പോഴാണ്, ആലപ്പുഴക്കാരിയും കൂട്ടുകാരിയുമായ ത്രേസ്യാമ്മയുടെ സഹോദരനായ തോമസിനെ ആദ്യം കാണുന്നത്. ടി.വി. തോമസ് അന്ന് നാടറിയുന്ന ഒരു വലിയ ഫുട്ബോൾകളിക്കാരനാണ്.

തവിട്ടുനിറത്തിലുള്ള, ഖദർജുബ്ബയിട്ട ആ ചെറുപ്പക്കാരൻ ദൂരെ നടന്നുപോവുന്നത് കണ്ടതല്ലാതെ പരിചയപ്പെടാനോ, മിണ്ടാനോ ഒന്നിനും ഗൗരി പോയില്ല. അത്യാവശ്യം സാമ്പത്തിക ചുറ്റുപാടുള്ള ഒരു യാഥാസ്ഥിതിക കത്തോലിക്കാ കുടുംബത്തിൽ ജനിച്ച്, ക്രിസ്ത്യൻ സ്കൂളുകളിലും വിദേശങ്ങളിലും പഠനം നടത്തി, ഐ.സി.എസ് (സിവിൽ സർവ്വീസ്) പരീക്ഷയ്ക്കും ശ്രമിച്ച്, ഒടുവിൽ ബി.എൽ. പഠനത്തിലേക്കെത്തി നിന്നിരുന്ന മിതഭാഷിയും വിവേകിയും സുന്ദരനുമായ ടി.വി. തോമസ് എന്ന ചെറുപ്പക്കാരൻ ദൈവവിരോധികളെന്നും ചെകുത്താന്മാരെന്നും വിശേഷണമുള്ള കമ്മ്യൂണിസ്റ്റുകാരുടെ കൂടെക്കൂടി പ്രവർത്തനം ആരംഭിച്ചതും പുന്നപ്രവയലാർ സമരകാലത്തെ സൂര്യനായുദിച്ചതും ജയിൽവാസമനുഭവിച്ചുള്ളതും പിന്നീട് ജാതിയതയ്ക്കും തൊഴിലാളി ചൂഷണങ്ങൾക്കുമെതിരെ പോരാടിയതുമെല്ലാം ഗൗരിയമ്മയുൾപ്പെടെ അന്നത്തെ എല്ലാ മനുഷ്യസ്നേഹികളും ചർച്ച ചെയ്തിരുന്ന വിഷയമായിരുന്നു. അതൊരുവശത്തുകൂടെ നടന്നു കൊണ്ടിരിക്കുന്നു എന്നല്ലാതെ ഗൗരിയുമായി ഈ കഥയ്ക്ക് അന്നു വലിയ ബന്ധമൊന്നുമുണ്ടായിരുന്നില്ല. എന്നാൽ അക്കാലത്ത് ഗൗരിയിലെ പ്രണയമളന്ന മറ്റൊരു വ്യക്തിയെക്കുറിച്ച് പറയാതെ വയ്യ. അതും ഒരെഴുത്തുതന്നെയാണ്.

ഒരിക്കൽ എ.കെ.ജി, കെ.സി.ജോർജ്ജിന് ഒരു എഴുത്ത് എഴുതി. ജോർജ്ജ് അത് ഗൗരിയോട് പറഞ്ഞു. എ.കെ.ജി.ക്ക് ഗൗരിയെ കല്യാണം കഴിക്കാൻ ഇഷ്ടമാണെന്ന്. എ.കെ.ജി. അന്ന് പാർട്ടിയിൽ മാത്രമല്ല ഇന്ത്യയൊട്ടാകെയുള്ള രാഷ്ട്രീയ ചർച്ചകളിൽ തിടമ്പേറ്റി നിൽക്കുന്ന ഗജവീരനായ അമരക്കാരനാണ്. കുമാരനാശാന്റെ കരുണയും ലീലയുമൊക്കെ

വായിച്ചു വളർന്ന ഗൗരിക്ക് പ്രണയത്തെക്കുറിച്ച് നല്ല ധാരണയുണ്ടായിരുന്നു. കല്യാണത്തിന് സ്നേഹവും പ്രേമവുമൊക്കെ അത്യാവശ്യമാണെന്നായിരുന്നു ഗൗരിയുടെ അഭിപ്രായം. പ്രേമം തോന്നാത്ത ഒരു പുരുഷനെ കല്യാണം കഴിക്കുന്നതിനെക്കുറിച്ച് ചിന്തിക്കാമെങ്കിലും അയാളുമായുള്ള ഭാര്യഭർതൃബന്ധം ഗൗരിക്ക് ഊഹിക്കാൻപോലുമാവില്ലായിരുന്നു. ഗൗരി എ.കെ.ജിക്ക് കൊടുത്ത മറുപടി ഇങ്ങനെയാണ്. "കല്യാണം കഴിക്കാൻ സ്നേഹം വേണ്ടേ? സ്നേഹവും പ്രേമവും ഒന്നും തോന്നാത്ത ഒരാളിനെ എങ്ങനെ കെട്ടും?" ഇതുകേട്ടപ്പോൾ മുടിചൂടാമന്നൻ ഒന്നു പരുങ്ങി. കല്യാണം കഴിഞ്ഞാലും സ്നേഹിക്കാം, ഒരാളെ മാത്രം, സ്നേഹിക്കണെമെന്നില്ല, പ്രണയം അങ്ങനെ ഒരാളിൽ മാത്രമായി ഒതുങ്ങുന്നില്ല എന്നൊക്കെ പറഞ്ഞ് അദ്ദേഹം തടികഴിച്ചിലാക്കിയെങ്കിലും എ.കെ.ജി. മരണംവരെ തന്റെ പ്രണയം ഗൗരിയോട് പറഞ്ഞുകൊണ്ടേയിരുന്നു. പ്രണയം തോന്നാത്തതിനാൽ ഗൗരി അതിനെ എതിർത്തുകൊണ്ടുമിരുന്നു.

ഗൗരിയുടെ അച്ഛനുള്ള കാലത്ത് കളത്തിപറമ്പ് വീടിനുണ്ടായിരുന്ന പ്രതാപം ഗൗരിയുടെ കാലമായപ്പോഴേക്കും ഒട്ടും ഒളിമങ്ങിയിരുന്നില്ല. പാർട്ടി പ്രവർത്തനവും ചർച്ചകളും തയ്യാറെടുപ്പുകളുമായി കമ്മ്യൂണിസ്റ്റ് പാർട്ടിയിലൂടെ കേരളത്തിനുവന്ന ഒരു സുവർണ്ണ കാലത്തിനാണ് പിന്നീട്

ആ തറവാട് സാക്ഷ്യം വഹിച്ചത്. വെടിവെപ്പിൽ മരിച്ച സഖാക്കളുടെ ഭാര്യമാരും കുട്ടികളും ജയിലിൽ കിടക്കുന്നവരുടെ കുടുംബങ്ങളും ഗൗരി യുടെതന്നെ കുടുംബക്കാരും അണ്ണന്റെ കൂട്ടുകാരും സാമൂഹികരാഷ്ട്രീയ പ്രവർത്തനങ്ങൾക്കായുള്ള അണിചേരലും ഒക്കെ ചേർന്ന് വീട് ഒരു കമ്മ്യൂ ണിസ്റ്റ് പാർട്ടി തറവാടായി മാറിയത് പെട്ടെന്നാണ്. പലരും വരും താമ സിക്കും. ചിലർ പോവും. ഇ.എം.സ്, സ: പി. കൃഷ്ണപിള്ള, കെ.സി. ജോർജ്ജ്, പി.ടി. പുന്നൂസ്, വർഗ്ഗീസ് വൈദ്യർ, ടി.വി. തോമസ്, സ: ജി. സദാശിവൻ, വൈക്കം സി.കെ.വിശ്വനാഥൻ ഇങ്ങനെ ഇപ്പോഴും രാഷ്ട്രീയ മെന്നാൽ ആദ്യം വരുന്ന പേരുകളുടെ ഉടമകളെല്ലാം രാത്രിയെന്നോ പകലെന്നോ ഭേദമില്ലാതെ കളത്തിപറമ്പിൽ വന്നുപോകും.

തൊഴിലാളിവർഗ്ഗങ്ങളും താഴ്ന്ന ജാതിക്കാരും അനുഭവിക്കുന്ന ചൂഷണങ്ങൾക്കെതിരെ പോരാട്ടം നടത്തുന്ന സഖാക്കൾ ഒളിവിലിരിക്കു ന്നതും ഗൗരിയുടെ വീട്ടിലാണ്. മച്ചിന്റെ മുകളിലും തട്ടിൻപുറത്തുമൊക്കെ യായി അവരുമുണ്ടാകും ദിവസങ്ങളോളം. പുറത്തിറങ്ങാൻ സാധിക്കാത്ത സഖാക്കൾക്ക് മൂത്രമൊഴിക്കാനും തുപ്പാനുമൊക്കെ കോളാമ്പികൾ കൊടുക്കും. അവരു മൂത്രമൊഴിച്ചുവെയ്ക്കുന്ന കോളാമ്പിയെടുത്ത് കഴുകി മുറി വൃത്തിയാക്കൽ ആണ് ഏറ്റവും ബുദ്ധിമുട്ടുള്ള ജോലി. വീട്ടിലെ മറ്റുപെണ്ണുങ്ങളെപ്പോലെ ഗൗരിയും ആ ജോലി ചെയ്യാറുണ്ട് അതിന് വന്ന് കേറിയവരെന്നോ കുടുംബത്തുള്ളവരെന്നോ തരംതിരിവൊന്നുമില്ല. വീട്ടി ലുള്ള ആരോടും അനുവാദമോ, അഭിപ്രായമോ ഒന്നും ചോദിച്ചിട്ടല്ല ഇവ രാരും വീട്ടിൽ വന്നു താമസിക്കുന്നത്. ആഹാരം കൊടുത്താൽ കഴിക്കും, ഇല്ലെങ്കിൽ മുറിയുടെ ഏതെങ്കിലും മൂലയിൽ പട്ടിണി കിടക്കും. അരിയും തേങ്ങയും വീട്ടിൽ ധാരാളം ഉണ്ടെങ്കിലും കാശ് കിട്ടാൻ വേറെ മാർഗ ങ്ങളൊന്നുമില്ല. അതിനാൽ ജോലിയുള്ളവരൊക്കെ കൃത്യമായി ജോലിക്ക് പോകും. ഗൗരി പാർട്ടിപ്രവർത്തനങ്ങളിലൊന്നുമില്ല. കോടതിയിൽ പോവണം. വക്കീലാണ്. സ്വന്തമായി കേസുകൾ ഉണ്ട്. രാവിലെ പോയാൽ വൈകുന്നേരമേ തിരിച്ചു വരൂ. എങ്കിലും പാർട്ടിക്കാരാവശ്യപ്പെടുമ്പോൾ ചില മീറ്റിങ്ങുകളിൽ വിശിഷ്ടാതിഥികളെ മാല ചാർത്താനും പതാക ഉയർത്താനും പ്രസംഗം കേൾക്കാനെത്തിയവരിൽനിന്നും പാർട്ടിക്കു വേണ്ടി പണം പിരിക്കാനുമൊക്കെ പോകാറുണ്ട്.

■

മുഴുനീള പാർട്ടി പ്രവർത്തക

ഒരു തിങ്കളാഴ്ച ദിവസം രാവിലെ കോടതിയിൽ പോവാനുള്ള തിരക്കിലായിരുന്നു ഗൗരി. അടുക്കളയിലെത്തിയപ്പോൾ അവിടെ എല്ലാവരും പകച്ചു നിൽക്കുന്നു. കുറെപ്പേരു വന്നിട്ടുണ്ട് എല്ലാവർക്കും ആഹാരം കൊടുക്കണം അതാണ് സംഗതി. വന്നവരുടെ കൂട്ടത്തിൽ വർഗ്ഗീസ് വൈദ്യരുമുണ്ടെന്ന് അറിഞ്ഞ് ഗൗരി ഉമ്മറത്തേക്ക് ചെന്നു. ഒരു ക്രിസ്ത്യാനി വൈദ്യർ എന്ന് കേൾക്കുമ്പോൾ ഗൗരിക്ക് അതിശയമായിരുന്നു. അക്കാലത്ത് ഹിന്ദുക്കൾ മാത്രമായിരുന്നു വൈദ്യന്മാർ. വന്നവരുടെ കൂട്ടത്തിൽ ഗൗരി ആരെയോ തിരയുന്നത് കണ്ട് ടി.വി. തോമസ് എഴുന്നേറ്റുനിന്നു. അപ്പോൾ ഗൗരി പറഞ്ഞു, "സഖാവ് അവിടെ ഇരുന്നോളൂ. ഞാൻ നോക്കിയത് വൈദ്യരെയാണ്." അപ്പോൾ ഉമ്മറത്ത് കൂട്ടച്ചിരിയായി. ഇപ്പോഴത്തെ വീടുകൾ താരതമ്യം ചെയ്യുമ്പോൾ ഗൗരിയുടെ കളത്തിപറമ്പിനെപ്പറ്റി മനസ്സിലാക്കാൻ അത്ര എളുപ്പമൊന്നുമല്ല. വീട്ടുകാരോടുപോലും ചോദിക്കാതെ ഒരു വീട്ടിൽ ചെന്ന് നാട്ടുകാരുൾപ്പെടെ കുറെ ആൾക്കാരെ വിളിച്ചു കൂട്ടി കമ്മിറ്റി കൂടുക. കുറച്ചുകഴിഞ്ഞ് എല്ലാവർക്കും ഊണ് വേണമെന്ന് പറയുക. ഉച്ചതിരിഞ്ഞ് ചായയും കഴിഞ്ഞ് ചിലരൊക്കെ അവിടെ കിടന്നുറങ്ങുക. എന്താല്ലേ...?

ഗൗരിയും ഇതിനെപ്പറ്റിയൊക്കെ ആലോചിച്ചുകൊണ്ട് വടക്കേപ്പുറത്ത് വരാന്തയിൽ നിൽക്കുമ്പോഴാണ് ടി.വി. എവിടെയോ പോയി തിരികെ വരുന്നത് കണ്ടത്. പാർട്ടിപ്രവർത്തനം കോടതിയിൽ പോക്കിന് പ്രയാസം ഉണ്ടാക്കുന്നുണ്ടോ എന്ന് ചോദിച്ചുകൊണ്ട് അദ്ദേഹം അങ്ങോട്ടു ചെന്നു. ഗൗരി അണ്ണനെപ്പറ്റി ചോദിച്ചു. പിന്നീടും എന്തൊക്കെയോ സംസാരിച്ചു. "വൈകുന്നേരം പബ്ലിക്ക് മീറ്റിങ്ങിൽ പ്രസംഗിക്കുന്നുണ്ട് ഗൗരി കേൾക്കാൻ വരുന്നുണ്ടോ? ഗൗരിയുടെ പ്രസംഗം ഉണ്ടോ" എന്നൊക്കെ ചോദിച്ചു. "ഇല്ല" എന്ന ഒറ്റ വാക്കിലുള്ള മറുപടി കഴിഞ്ഞ് ചായ കൊടുക്കാനായി ഗൗരി ഉമ്മറത്തേക്ക് പോയി. ടി.വി. തോമസിന്റെ ആ പ്രസംഗത്തിനു മുൻപും പിൻപും പണം പിരിക്കാൻ നിന്നത് ഗൗരിയായിരുന്നു. പക്ഷേ പ്രസംഗം കേൾക്കാൻ നിൽക്കാതെ ഗൗരി വീട്ടിലേക്കുപോന്നു. ഇലക്ഷനും പ്രചരണങ്ങൾക്കും പാർട്ടി പ്രവർത്തനങ്ങൾക്കും ഒരുമിച്ചായിരുന്നുവെങ്കിലും തോമസും ഗൗരിയും കൂടുതലടുക്കുന്നത് രണ്ടുപേരും പാർട്ടി

പ്രവർത്തനങ്ങളുടെ പേരിൽ ജയിൽവാസം അനുഭവിക്കുമ്പോഴാണ്. അപ്പോഴേക്കും അന്നാച്ചാണ്ടി വക്കീലെന്നപോലെ വക്കീലുമാത്രമാവുന്ന മോഹത്തിൽ നിന്നും ഗൗരി പതുക്കെ പതുക്കെ ഒരു മുഴുനീള പാർട്ടി പ്രവർത്തകയായി മാറിക്കഴിഞ്ഞിരുന്നു.

ജയിലിൽ വെച്ച് കണ്ടപ്പോൾ തോമസ് ഗൗരിയോടു പറഞ്ഞു: "ഒരുപാട് കേട്ടിട്ടുണ്ട് തന്നെക്കുറിച്ച്. ശരിക്കു പറയാമല്ലോ, ആദ്യം കണ്ടതു മുതൽ എനിക്ക് തന്നെ വിവാഹം കഴിക്കാൻ ആഗ്രഹമായിരുന്നു." ഗൗരി പൊതുവേ ഒരു'മൊരടാ'ണ്. പെണ്ണുങ്ങളുടെ സ്വതസിദ്ധമായ ചിരിയും കളിയുമൊന്നും പതിവില്ല. അതു മനസ്സിലാക്കിയിട്ടെന്നോണം ടി.വി. തോമസ്, 'ഗൗരിയമ്മേ' എന്നും ഹേയ് എന്നുമൊക്കെ മാത്രമേ വിളിക്കാറുള്ളൂ. മറുപടിയൊന്നും പറയാതെ നിന്ന ഗൗരിയുടെ മുഖത്തുനിന്ന് ഒന്നും വായിച്ചെടുക്കാൻ പറ്റാതെ വന്നപ്പോൾ ടി.വി. പറഞ്ഞത് ഗൗരി ഇന്നും ഓർക്കുന്നു. "ലോകത്തുള്ളോരോടൊക്കെ എന്നെ കല്യാണം കഴിക്കുമോന്ന് ചോദിച്ചു നടക്കുന്ന ഒരു മുളകുപെറുക്കി ചെറുക്കനൊന്നുമല്ല ഞാൻ. എന്റെ ജീവിതത്തിൽ ഞാൻ ഒരാളെ മാത്രമേ കല്യാണം കഴിക്കാൻ ആഗ്രഹിച്ചിട്ടുള്ളൂ. നിങ്ങളോടു മാത്രമേ ഞാനത് ആവശ്യപ്പെട്ടിട്ടുള്ളൂ."

ഗൗരിയെന്ന ഗൗരവക്കാരി മെല്ലെ ചിരിച്ചു. പ്രണയം പൂക്കുന്ന ചിരി കമ്മ്യൂണിസ്റ്റുകാരിയുടെ ചുണ്ടിന്റെ ചുവപ്പുകൂട്ടി.

കേസ്സിനു ഹാജരാവുന്ന സമയത്ത് അവർ തമ്മിൽ സംസാരിച്ചുകൊണ്ടേയിരിക്കും. ചിരിച്ചും പിറുപിറുത്തുമൊക്കെ നേരം ഒരുപാട് പോകുമെങ്കിലും എന്താണ് സംസാരിച്ചതെന്ന് ചോദിച്ചാൽ ഗൗരിവക്കീലിനും പ്രവർത്തകൻ ടി.വി.ക്കും ഒന്നുമുണ്ടാവില്ല മറുപടി പറയാൻ. അതങ്ങനെ തന്നെയാണല്ലോ, വിശദീകരിക്കുംതോറും വശം കെടുന്ന ഒരു സംവിധാനമാണീ പ്രണയം. പ്രണയകഥയിലെ നായികയായ ഗൗരി ജയിലിൽ വെച്ചാണ് തന്റെ കാമുകനൊരു മകനുണ്ടെന്നറിഞ്ഞത്. പ്രണയഭംഗത്തിന്റെ വേദന വിശദീകരിക്കാൻ അമ്പത്തൊന്നോ ഇരുപത്തിയാറോ അക്ഷരങ്ങളൊന്നും മതിയാവില്ല. ജീവിതത്തിൽ ഇന്നുവരെയില്ലാത്ത വിധത്തിൽ രണ്ടു മൂന്നു രാത്രികളിൽ പൊട്ടിക്കരഞ്ഞതും ഉറങ്ങാതെയിരുന്നതും ശരീരവും മനസ്സും തളരുന്ന ഒരുതരം നിസ്സംഗതയനുഭവിച്ചതുമൊക്കെ ടി.വി.യോടുള്ള പ്രണയംകൊണ്ടു മാത്രമായിരുന്നു എന്ന് ഗൗരിക്ക് മനസ്സിലായി. ആഴത്തിൽ വേരോടിയ മരം എളുപ്പത്തിൽ പിഴുതുമാറ്റാൻ സാധിക്കുകയില്ലല്ലോ.

പതിവുപോലെ കാത്തിരുന്നിട്ടും ഗൗരി വരാതെയായപ്പോൾ തോമസ് തിരക്കി ചെന്നു. ഭാര്യയും കുട്ടിയുമുള്ള ഒരാളെ കല്യാണം കഴിക്കില്ല എന്ന് ഗൗരി തീർത്തുപറഞ്ഞു. "ഒരു കുട്ടിയുണ്ടെന്നു കരുതി ഭാര്യയുണ്ടെന്നാരു പറഞ്ഞു?" എന്നായിരുന്നു ടി.വിയുടെ മറുപടി. ബിഷപ്പിന്റെ കുതിരവണ്ടിക്കാരന്റെ ഭാര്യ ഭർത്താവിനോടു പിണങ്ങി ഒരു ചേച്ചിയുടെ

കേരളത്തിലെ ആദ്യ മന്ത്രിദമ്പതികൾ - ടി.വി. തോമസും ഗൗരിയമ്മയും

ചായക്കടയിൽ സഹായത്തിനു നിന്നിരുന്നു. ടി.വി. ബാഡ്മിന്റൺ കളിക്കാൻ പോവുന്ന ഗ്രൗണ്ടിനടുത്തായിരുന്നു ആ ചായക്കട. എപ്പോഴോ പറ്റിപ്പോയതാണ്. പിന്നീട് പുന്നപ്ര വയലാർ സമരത്തിന്റെ തിരക്കിൽപ്പെട്ട് ആ വഴിക്കൊട്ടു പോയതുമില്ല. ആ സ്ത്രീ തോമസിനെ അന്വേഷിച്ചു വന്നിട്ടുമില്ല. ഇത്രയേറെ പ്രശസ്തനായ ഒരാളെ കുട്ടിയുടെ അവകാശവാദവും പറഞ്ഞ് കരിവാരിതേക്കാൻ ആഗ്രഹമില്ലാഞ്ഞിട്ടാവാം ചിലപ്പോൾ അവരങ്ങനെ ചെയ്തത്. എന്തായാലും ഗൗരി പിന്നിട് ടി.വി.യോട് അതിനെക്കുറിച്ച് ഒന്നും ചോദിച്ചിട്ടില്ല. തോമസ് വീണ്ടും (ഔദ്യോഗികമായും അനൗദ്യോഗികമായും) പലവട്ടം കല്യാണാവശ്യവുമായി ഗൗരിയുടെ വീട്ടിൽ വന്നു. 1957- മെയ് 30ന് ഗൗരി ടി.വി. തോമസിന്റെ ഭാര്യയായി. മോതിരം മാറലും മാലയിടീലും ഫോട്ടോയും സദ്യയുമൊക്കെയായി ഗംഭീരകല്യാണമായിരുന്നു. ടി.വി.തോമസിന്റെയും ഗൗരിയുടെയും ജീവിതത്തെക്കുറിച്ച് കൂടുതലറിയുമ്പോൾ ഉണ്ണിമേനോൻ ആലപിച്ച ഹൃദയഹാരിയായ ആ വരികളാണ് ഓർമ്മവരുന്നത്,

"ഒരു ചെമ്പനീർപ്പൂവിറുത്തു ഞാനോമലേ
ഒരു വേള നിൻനേർക്കു നീട്ടിയില്ല..."

തോമസ് ഗൗരിയെ അറിഞ്ഞും ഗൗരി തോമസിനെ അറിഞ്ഞും ജീവിച്ചുതുടങ്ങിയ നാളുകളിൽ, സാരി വാങ്ങിത്തരാത്ത, ചെല്ലപ്പേരു വിളിക്കാത്ത, അധികം സംസാരിക്കാത്ത പ്രകൃതക്കാരനായ തോമസിനൊപ്പം മുല്ലപ്പൂവും ചൂടി നാടകത്തിനുപോയ ഗൗരി, വീര്യം കൂടിയ

മദ്യം ഭർത്താവിന്റെ ആരോഗ്യം നശിപ്പിച്ചാലോ എന്നു കരുതി കള്ളിനോട് വിരോധമായിട്ടും നല്ല നാടൻകള്ള് വാങ്ങിപ്പിക്കുമായിരുന്നു. ഒടുവിൽ പാർട്ടി പ്രവർത്തനങ്ങൾ നാട്ടിൻപുറങ്ങളിൽ നിന്നും നിയമസഭയിലേക്കു ചേക്കേറിയപ്പോൾ തിരഞ്ഞെടുപ്പിന്റെ പേരിൽ വിരൽത്തുമ്പിൽ വീണ ആ മഷിക്കറ ഗൗരിയുടെ കുടുംബത്തിലും ഒരു കറയായിതീർന്നു. ഭർത്താവും ഭാര്യയും രണ്ടുചേരിയിലായി. ഭർത്താവിനു വോട്ടു ചെയ്യാത്ത ഭാര്യയോടു മിണ്ടാൻപോലും സമൂഹത്തിൽ പലരും കൂട്ടാക്കിയില്ല. "ഞാൻ മറ്റാർക്കും വോട്ടുചെയ്തില്ല" എന്നു ഗൗരി ആവർത്തിച്ചു പറഞ്ഞിട്ടും ഒരേ കട്ടിലിൽ ഒന്നും പറയാനില്ലാതെ പിൻതിരിഞ്ഞു കിടന്നു ആ ഭാര്യാഭർത്താക്കന്മാർ. ചൈനചാരന്മാർക്ക് നാടിനെ ഒറ്റിക്കൊടുത്തവരുടെ ലിസ്റ്റിൽ തന്റെ പേര് എഴുതിച്ചേർത്തത് തോമസാണെന്ന് അറസ്റ്റു ചെയ്ത പൊലീസുകാർ പറഞ്ഞാണ് ഗൗരിയറിഞ്ഞത്. അതേപ്പറ്റി ചോദിച്ചപ്പോൾ "ഞാൻ വേണ്ടെന്ന് പറഞ്ഞതായിരുന്നു", എന്നാണ് തോമസ് മറുപടി പറഞ്ഞത്. ഒടുവിൽ ഈ ബന്ധം വേണ്ട എന്ന് പാർട്ടിയിൽ എഴുതിക്കൊടുത്തപ്പോഴും ഗൗരി ടി.വിയോട് ഒന്നു മാത്രമേ ചോദിച്ചുള്ളൂ.

"പാർട്ടിയിൽ നിന്നും ലീവെടുത്ത് എന്റെ ഭർത്താവിന്റെ നല്ല ഭാര്യമാത്രമാവാൻ അപേക്ഷ എഴുതിവെച്ചത് കണ്ടതല്ലേ? സന്തോഷത്തോടെയല്ലേ ഇന്നലെ ഞാൻ ഉറങ്ങാൻ കിടന്നത്? എന്നിട്ടും നേരം വെളുത്തപ്പോൾ ജയിലിലേക്ക് പോവേണ്ടിവന്നത് ടി.വി.യും കൂടി അറിഞ്ഞോണ്ടല്ലേ? എന്തിനായിരുന്നു എന്നോടിങ്ങനെ?"

പിന്നീട് ഭർത്താവിൽ നിന്നുമാറി, കണ്ടുതീരാത്ത സ്വപ്നങ്ങളെക്കുറിച്ചോർത്ത് കണ്ണുനിറയുമ്പോൾ ഗൗരിക്ക് ഭാർഗ്ഗവി ഏട്ടത്തിയെ ഓർമ്മവരും. കല്യാണം കഴിഞ്ഞശേഷം ഒരു കാരണവുമില്ലാതെയാണ് സുകുമാരണ്ണൻ ഏട്ടത്തിയെ വീട്ടിൽ കൊണ്ടാക്കിയത്. അന്ന് താനതിനെതിരെ പ്രതികരിച്ചിരുന്നില്ല. അവർ സുന്ദരിയല്ലാത്തതിനാൽ ചെറിയ ഒരിഷ്ടക്കുറവുണ്ടായിരുന്നു എന്നുള്ളത് നേരാണ്. അണ്ണന് ചേർന്ന സൗന്ദര്യം അവർക്കില്ല എന്ന് കല്യാണപന്തലിലേ തോന്നിയതുമാണ്. അണ്ണനതു മനസ്സിലായിരുന്നു. അന്ന് അണ്ണനോട് ഭാർഗ്ഗവി ഏട്ടത്തിയെ തിരികെ കൊണ്ടുവരാൻ താൻ ആവശ്യപ്പെട്ടില്ല. അവരൊഴുക്കിയ കണ്ണീരോ, അവരുടെ നിശ്ശബ്ദമായ തേങ്ങലുകളോ സ്വപ്നങ്ങളോ ഒന്നും അണ്ണന്റെ തണലിൽ നിന്നപ്പോൾ താൻ ചിന്തിച്ചിട്ടില്ല. പക്ഷേ ഇന്നതിനെക്കുറിച്ചോർക്കുന്നു. അവരിപ്പോൾ എവിടെയാവും?

ആ മനസ്സിന്റെ വേദനയ്ക്ക് താനുമായി എന്തോ സാമ്യമുള്ളതുപോലെ ഗൗരിക്ക് തോന്നാറുണ്ട്.

■

ടി.വി. തോമസ്
പ്രണയകഥയിലെ നായകൻ

ഒടുവിൽ ക്യാൻസർ വന്ന് ആശുപത്രിക്കിടക്കയിൽ കിടന്ന തോമസിന്റെ യരുകിൽ ചേർന്നിരിക്കുമ്പോൾ കഴിഞ്ഞുപോയത് ഓരോന്നോരോന്നായി ഗൗരിയുടെ മനസ്സിൽ തെളിഞ്ഞുവന്നു. വക്കീലായി കേസ് വാദിക്കുന്നത് കാണാൻ കൊതിച്ച അച്ഛന്റെ ആത്മാവിന്റെ ശാപമാണോ? അതോ ആദ്യ മൊക്കെ എതിർത്തുവെങ്കിലും പിന്നീട് കല്യാണത്തിനു സമ്മതിച്ച അമ്മയുടെ നിരാശയാണോ, ഇനി അതുമല്ലെങ്കിൽ ഏതോ ഒരു കുതിര വണ്ടിക്കാരന്റെ ഭാര്യയിൽ തോമസ്സിനു പിറന്ന മകന്റെയും ആയമ്മയു ടെയും ദുഃഖമാണോ തന്റെ ഈ പ്രണയകഥയിൽ കരിനിഴൽ വീഴ്ത്തി യത്? ഉത്തരമില്ലാത്ത ചോദ്യങ്ങൾക്ക് എന്നും നൽകുന്ന ഒരു ദീർഘ നിശ്വാസം മാത്രമായിരുന്നു ഗൗരിയുടെ ഉത്തരം. എന്തിനെന്നറിയാത്ത, ആരോടെന്നറിയാത്ത ഒരു നെടുനിശ്വാസം. കൃത്യമായി നിർണ്ണയിക്കാനോ വ്യാഖ്യാ നിക്കാനോ ഇടം തരാതെ കുതറിമാറിക്കൊണ്ടിരുന്ന ഗൗരിയമ്മ താനറിയാതെ വിപ്ലവപ്രസ്ഥാനത്തിന്റെ രക്തധമനികളിലെ ചൂടുള്ള വാർത്തയായി രൂപാന്തര പ്പെടുകയായിരുന്നു.

ടി.വി. തോമസ്

രക്തസാക്ഷികൾ സിന്ദാബാദ്, ലാൽസലാം, ചീഫ് മിനിസ്റ്റർ കെ.ആർ. ഗൗതമി, ജനം, സ്റ്റാലിൻ, ശിവദാസ് എന്നിങ്ങനെ വെള്ളിത്തിരയി ലൂടെ പൊതുവായി തുറന്നിട്ട ജീവിതത്തിൽ സ്വകാര്യതയോ

ടി.വി. തോമസ്സിന്റെ കല്ലറ

പരസ്യമോ ഇല്ലാതെ ഗൗരി എന്ന കഥാപാത്രം ജനങ്ങളിലേക്കെത്തി. ഒളിഞ്ഞുനോട്ടം ശീലമുള്ള മലയാളിക്ക് ഒളിഞ്ഞുനോക്കുകയോ അടക്കം പറയുകയോ ചെയ്യേണ്ടി വന്നിട്ടില്ലാത്ത പേരായിരുന്നു ഗൗരിയമ്മ യുടേത്. പ്രസവിക്കാത്തവൾ, മുഖ്യമന്ത്രിയാവാൻ ഭർത്താവിനെ പിരി ഞ്ഞ് പാർട്ടി മാറിയവൾ, പൊതുജീവിതംകൊണ്ടു കുടുംബം തകർത്ത വൾ എന്നിങ്ങനെ സ്വേച്ഛയും താത്പര്യവും കൊണ്ട് ഗൗരിയമ്മയ്ക്ക് പട്ടം ചാർത്തിക്കൊടുത്ത മലയാളികൾ ഗൗരിയമ്മയേയും ടി.വി.യേയും കുറിച്ച് ഇന്നും വ്യാകുലചിത്തരാണ്. ഇതിന് ആക്കംകൂട്ടാൻ ടി.വി. അന്ത്യനാളു കളിൽ മകനു നൽകിയ ഉപദേശവും തലയിൽ പേറി ജീവിക്കുന്നവരു മുണ്ട്.

“അമ്മയെ വിഷമിപ്പിക്കരുത്, ഞാൻ കാരണം ജീവിതം മുഴുവൻ തീ തിന്ന സ്ത്രീയാണ്, എന്റെതായിട്ടുള്ളതെല്ലാം എന്റെ മകനുള്ളതാണ്.” എന്നു മകനോടു മനസ്സുരുകി പറഞ്ഞ മഹാനായ ടി.വി. അടുത്തു നിൽ ക്കുന്ന ഗൗരി എന്ന നിഴലിനെ കാണാതെ പോയത് സ്വന്തം ഭാര്യയു മായി താരതമ്യം ചെയ്യുമ്പോൾ ആരാണു കൂടുതൽ നല്ലവളെന്ന പുരു ഷന്റെ ജന്മസിദ്ധമായ അന്വേഷണവാസനയുടെ പ്രതിഫലനം തന്നെ യാവണം.

■

റവന്യൂ മന്ത്രിയായ ഗൗരിയമ്മ

അന്നൊരു ആറാം തീയതിയായിരുന്നു. കൃത്യമായി പറഞ്ഞാൽ 1957 ഏപ്രിൽ ആറ്. ഗൗരിക്ക് ഒരു ഫോൺ വന്നു. ഉറ്റമിത്രവും പിന്നീട് ബദ്ധ ശത്രുവുമായിത്തീർന്ന ഇ.എം. ശങ്കരൻ നമ്പൂതിരി എന്ന ഇ.എം.എസ്. ആണ് വിളിച്ചത്. 'ഗൗരിയമ്മയെന്താ കേരളത്തിന്റെ ആദ്യത്തെ മന്ത്രി സഭയുടെ തുടക്ക ദിവസം തന്നെ വീട്ടിലിരിക്കുന്നത്' എന്നായിരുന്നു ഇ.എം.എസ്സിന്റെ ചോദ്യം. അഞ്ചാം തീയതി കേരളത്തിന്റെ ഒരു ചരിത്ര മുഹൂർത്തമായിരുന്നു. കേരളം പിറന്നിട്ട് ആദ്യ കമ്മ്യൂണിസ്റ്റ് മന്ത്രിസഭ അധികാരത്തിലേറി. ഇ.എം.എസ്. മുഖ്യമന്ത്രിയും റവന്യൂമന്ത്രിയായി കെ.ആർ. ഗൗരിയും ചാർജ്ജെടുത്ത ദിവസം. എന്നിട്ടും കേരളത്തിന്റെ വനിതാ മന്ത്രി അന്ന് പോയില്ല. കാരണം മറ്റൊന്നുമായിരുന്നില്ല ഗൗരിക്ക് ഫയൽ നോക്കാൻ അറിയില്ല. അതുകൊണ്ടവർ പോയില്ല. മറുപടി കേട്ട ഇ.എം.എസ്. ചിരിച്ചു. അങ്ങനെയാണെങ്കിൽ എത്രനാൾ വരാതിരിക്കും എന്നതായി അടുത്ത ചോദ്യം.

പിന്നീട് ഗൗരി എന്ന റവന്യൂമന്ത്രി ഒരു സ്കൂൾ കുട്ടിയുടെ ഗൗരവ ത്തോടെ ഫയൽ നോക്കാൻ പഠിച്ചു. ടൈപ്പിസ്റ്റിനെക്കൊണ്ട് ടൈപ്പ് ചെയ്യിക്കാതെ സ്വന്തം കൈപ്പടയിൽ എഴുതിയുണ്ടാക്കുന്ന ഫയൽ ക്യാബിനെറ്റിൽ വെയ്ക്കുന്ന ഒരേ ഒരാൾ ഗൗരിയമ്മ മാത്രമായി. അതേ ക്കുറിച്ച് ആരെങ്കിലും പുകഴ്ത്തി പറഞ്ഞാൽ ഗൗരി ചിരിച്ചുകൊണ്ട് മറു പടി പറഞ്ഞു: "എന്റെ കൈയിൽ അതേ ആയുധമുള്ളൂ'

രണ്ടുവർഷം മാത്രം നിലനിന്ന ആ മന്ത്രിസഭ അതുവരെയുണ്ടായി രുന്ന കേരളത്തെത്തന്നെ മാറ്റിമറിച്ചു കളഞ്ഞു. രണ്ടുവർഷം, പ്രത്യേ കിച്ചും രണ്ടു ബില്ല്. കാർഷികബില്ലും വിദ്യാഭ്യാസ ബില്ലും. ഇതൊക്കെ യെഴുതിയ മുണ്ടശ്ശേരി മാഷെയും ഗൗരിയെയും കുറിച്ച് ഇടയ്ക്കൊക്കെ സംസാരിക്കുന്നത് അത്ര മോശമായ കാര്യമാണെന്ന് തോന്നിയില്ല. അല്ല, ആരും സംസാരിച്ചു കേൾക്കാത്തതുകൊണ്ട് പറഞ്ഞുപോയതാണ് എന്നു കരുതിയാൽ മതി. ഗൗരിയമ്മ തുടരുന്നു.

കാർഷിക പരിഷ്കരണ ബില്ലിന്റെ ഒരു തീം അഥവാ ആശയം മാത്രമേ കമ്മ്യൂണിസ്റ്റ് പാർട്ടി ഗൗരിക്കു കൊടുത്തിരുന്നുള്ളൂ. അന്ന് സ്വന്തമായി ഭൂമിയുള്ള സാധാരണക്കാരൻ എന്നൊരാൾ നമ്മുടെ നാട്ടിൽ ഇല്ല. ഒന്നു കിൽ ജന്മി അല്ലെങ്കിൽ കുടിയാൻ. ഇങ്ങനെ രണ്ടുതരം ആൾക്കാരാണ് അന്ന് സമൂഹത്തിൽ ഉള്ളത്. സ്വന്തമായി ഏക്കറുകളോളം ഭൂമിയുള്ള ജന്മിമാരുടെ കീഴിൽ അടിമകളെപോലെ പണിയെടുത്തിരുന്ന ആൾ ക്കാരാണ് കുടിയാന്മാർ. അന്നത്തെ ആ അവസ്ഥയാണ്

'മലയപ്പുലയനാ മാടത്തിൻ മുറ്റത്ത്
മഴവന്ന നാളൊരു വാഴ നട്ടു'

എന്ന വരികളിലൂടെ ചങ്ങമ്പുഴ വിവരിച്ചത്. വാഴക്കുല സ്വപ്നം കണ്ടുറ ങ്ങിയ കുഞ്ഞുങ്ങളേയും അതു മൂത്തു പഴുത്തപ്പോൾ വെട്ടിക്കൊണ്ട് പോയ ജന്മിയേയുമൊക്കെ ഇന്നത്തെ തലമുറയ്ക്ക് മനസ്സിലാക്കാൻ ഒരി ത്തിരി ബുദ്ധിമുട്ടാണ്.

ഏപ്രിൽ 11ന് കുടിയൊഴിപ്പിക്കൽ നിരോധനബില്ല് പാസ്സായി. അതായത് കുടികിടപ്പുകാരനെയും പാട്ടക്കാരനെയും ഒഴിപ്പിക്കാൻ പാടില്ല എന്ന നിയമം വന്നു. പാട്ടംപിരിക്കൽ (Tax) നിരോധിച്ചു. പിന്നീട് ഗൗരിയെന്ന റവന്യൂമന്ത്രി കൊണ്ടുവന്ന നിയമം സ്വന്തമായി ഭൂമിയില്ലാത്തവൻ സർ ക്കാർ ഭൂമിയിൽ ഒരു കൂരകെട്ടി താമസിച്ചാൽ അവനെ ഇറക്കി വിടാൻ പാടില്ല എന്നതായിരുന്നു. അതായത് കുടികിടപ്പുകാരനു കിട്ടുന്ന പട്ടയം.

ആദ്യമായി ഒരു സർക്കാർ ഭൂമിയിലെ കുടികിടപ്പുകാരന് പട്ടയം നൽകി യത് ഗൗരി നേരിട്ടായിരുന്നു. ഈ നിയമത്തിന്റെ ഭാഗമായി വ്യക്തിപര മായി കണ്ടമാനം ഭൂമി കൈവശം വെച്ചിരുന്ന ജന്മിമാരൊക്കെ ഒരു നിശ്ചിത ഭൂമിക്ക് മാത്രം ഉടമസ്ഥരായി. ബാക്കി ഭൂമി സർക്കാരിന് നൽകേ ണ്ടതായി വന്നു. ഗൗരിയുടെ കുടുംബത്തുനിന്ന് 132 ഏക്കർ ഭൂമി ഇത്തരത്തിൽ സർക്കാരിന് നൽകിയിട്ടുണ്ട്. നാട്ടിലെ പ്രമാണിമാരുടെ മുറുമുറുപ്പ് കോലാഹലമായി മാറാൻ ഇതിൽപരം എന്തുവേണം? എന്നാൽ ഈ പുകിലുകളൊന്നും ഗൗരിയെ ബാധിച്ചതേയില്ല. പിന്നീട ങ്ങോട്ട് ഗൗരി എന്ന പെൺനക്ഷത്രം ഉദിച്ചുയരുകയായിരുന്നു.

ഒരു മാസം മുഴുവൻ നിയമസഭയിൽ ചർച്ച ചെയ്ത ഒരേ ഒരു വിഷയം കാർഷിക നിയമമായിരുന്നു. അനേകം നിയമങ്ങളും റൂൾസും നോട്ടിഫി ക്കേഷനും പഴയ ഓർഡറുകളും ഉറങ്ങാതിരുന്ന് പഠിച്ച് കേരളത്തിലെ എല്ലാ ജില്ലകളിലെയും കൃഷിക്കാരെയും സംഘടനകളെയും നേരിട്ടു കണ്ട് അഭിപ്രായമറിഞ്ഞ് ഗൗരി രാത്രികൾ പകലാക്കി അദ്ധ്വാനിച്ചു കൊണ്ടേയിരുന്നു. അന്നു പാസാക്കിയ ആ കാർഷിക ബില്ലാണ് പല മനുഷ്യർക്കും താനൊരു മൃഗമല്ല മനുഷ്യൻ തന്നെയാണ് എന്ന ബോധം ഉണ്ടാക്കികൊടുത്തത്. ആദ്യത്തെ ബില്ല് റദ്ദാക്കിയ സാഹചര്യം

1957ലെ ആദ്യ ഇ.എം.എസ്. മന്ത്രിസഭ

1967ലെ രണ്ടാമത്തെ ഇ.എം.എസ്. മന്ത്രിസഭ

വന്നുവെങ്കിലും രണ്ടാമത് വീണ്ടും കാർഷിക ബില്ല് നിയമമായപ്പോൾ അതും ഗൗരി എഴുതിയ ബില്ലുതന്നെ ആയിരുന്നു.

കാലചക്രം 1967ൽ എത്തി നില്ക്കുമ്പോൾ ഗൗരി എന്ന മന്ത്രി ഒറ്റയ്ക്കു കൈകാര്യം ചെയ്ത കേരളത്തിലെ വകുപ്പുകളുടെയെണ്ണം റവന്യൂ, എക്സൈസ്, നിയമം, സാമൂഹികക്ഷേമം, സെയിൽടാക്സ്, ഫുഡ് ആൻഡ് സിവിൽ സപ്ലൈസ് എന്നിങ്ങനെ നീണ്ട ഒരു നിരയാണ്. ശ്വാസമെടുക്കാൻ വേണ്ടി മാത്രം നേരമുള്ളത്രേം തിരക്ക്. രാത്രിയെന്നോ പകലെന്നോ ഭേദമില്ലാതെ അലച്ചിലോടലച്ചിലാണ് ഗൗരി. മന്ത്രിയായി ചാർജെടുക്കുമ്പോൾ അഞ്ചുദിവസം വിതരണം ചെയ്യാനുള്ള അരിയേ സർക്കാരിന്റെ കയ്യിലുള്ളൂ. ഉടനടി കൂടുതൽ അരി വരുത്തിച്ചില്ലെങ്കിൽ കേരളം പട്ടിണി മരണത്തിന് സാക്ഷ്യം വഹിക്കും. ഇന്നത്തെ പോലെ ഖുബ്ബൂസും അൽഫാമും കഴിച്ച് വിശപ്പടക്കുന്ന സാധുക്കളല്ലല്ലോ അന്ന് കേരളത്തിലുള്ളത്. റേഷനരി മാത്രമാണ് വിശപ്പിനുള്ള ആശ്രയം. വിമാനത്തിൽ കേറാൻ പേടിയായിരുന്ന ഗൗരിക്ക് വിമാനത്തിൽ നിന്നിറങ്ങാൻ നേരമില്ലാത്ത അവസ്ഥയായി.

ഇന്ത്യയൊട്ടാകെ സഞ്ചരിച്ച് ഓരോ സംസ്ഥാനങ്ങളിലെയും മുഖ്യമന്ത്രിമാരെയും ഒടുവിൽ പ്രധാനമന്ത്രിയെയും കണ്ട് അരി സംഘടിപ്പിച്ചു. സംസ്ഥാനത്തിന്റെ നിക്ഷേപം രണ്ടുലക്ഷം ടൺ ആക്കി വർദ്ധിപ്പിച്ചതിനുശേഷം ഗൗരി ആ സ്ഥാനമൊഴിഞ്ഞു. വീണ്ടും കാർഷിക ബില്ലിൽ മാത്രം ശ്രദ്ധ കേന്ദ്രീകരിച്ചു. മലപ്പുറം ജില്ല രൂപവത്കരണം എന്ന ആശയം ഒരു ഫയൽ രൂപത്തിൽ ഗൗരിയുടെ മേശപ്പുറത്തെത്തിയതും അത് നടപ്പാക്കിയപ്പോൾ നേരിടേണ്ടിവന്ന പ്രശ്നങ്ങളും ഇതിനൊക്കെയിടയിൽ ഒരു വിമോചനസമരവും 1974-ൽ ടി.വി. തോമസ് എന്ന ഗൗരിയുടെ വാരിയെല്ലിനുടമ, വ്യവസായ മന്ത്രിയായ കാലത്തുണ്ടായ ട്രേഡ് യൂണിയനുമായുള്ള വഴക്കുകളും തോട്ടണ്ടി ഇറക്കുമതി വിഷയങ്ങളും അങ്ങനെയങ്ങനെ ഗൗരി വലിയ ഒരു വള്ളിക്കെട്ടിനുള്ളിലെ ഒരു വള്ളിച്ചെടിയായി പൊതുപ്രവർത്തനം മാത്രമായി ജീവിച്ചുകൊണ്ടേയിരുന്നു.

എൺപത്തിയേഴ്-എൺപത്തിയെട്ട് കാലമായപ്പോഴേക്കും കേരളത്തിന്റെ ആകമാനമുള്ള പശ്ചാത്തലത്തിന് പൊടുന്നനെ ഒരു മാറ്റമുണ്ടായി. അതുവരേക്കും ശാലീനസുന്ദരിയായ കേരളാംബ മെല്ലെ മെല്ലെ മോഡേണിസത്തിലേക്ക് കാലെടുത്തു വെച്ചു തുടങ്ങിയ സമയം. പതിവു പോലെ ഇലക്ഷൻ വന്നു. പാർട്ടി ജയിച്ചാൽ ഗൗരിയമ്മയാണ് അടുത്ത മുഖ്യമന്ത്രി എന്നായിരുന്നു അന്ന് കമ്മ്യൂണിസ്റ്റ് പാർട്ടിയുടെ തിരഞ്ഞെടുപ്പ് പ്രചരണം. ജയം കമ്മ്യൂണിസ്റ്റ് പാർട്ടിക്ക് തന്നെയായിരുന്നു. പത്രങ്ങളെല്ലാം ഗൗരിയമ്മ എന്ന വനിതാ മുഖ്യമന്ത്രിയെ വാനോളം പുകഴ്ത്തി മാറ്റർ ശരിയാക്കി വെച്ചു. കേരളക്കരയാകെ ആ ചരിത്രമുഹൂർത്തത്തെ ഉറ്റുനോക്കിക്കൊണ്ടിരുന്നപ്പോൾ ഗൗരി ഖദറിട്ട് കണ്ണടവെച്ച് സത്യ

പിണറായി വിജയനുമൊത്ത്
ഒരു പഴയകാല ചിത്രം

പിണറായി വിജയന്റെ സത്യപ്രതിജ്ഞാച്ചടങ്ങിൽ
പങ്കെടുക്കാൻ എത്തിയപ്പോൾ

പ്രതിജ്ഞയ്ക്കായി സെക്രട്ടറിയേറ്റിന്റെ പടി ചവിട്ടി. അതിനിടയിൽ ഇ.എം.എസ്സും വി.എസ്സും നായനാരും കൂടി ഒരുമിച്ചിരുന്ന് ഒരു ചായ കുടിച്ചു. ആ ഒരു ഗ്ലാസ് ചൂടുചായ തീരുന്നതിനു മുമ്പേ ആ മീറ്റിങ്ങിന്റെ തീരുമാനം കേരളമറിഞ്ഞു.

മുഖ്യമന്ത്രിയായി നായനാര് തിരഞ്ഞെടുക്കപ്പെട്ടിരിക്കുന്നു. ഉറങ്ങിക്കിടന്ന നായനാരെ വിളിച്ചുണർത്തി മുഖ്യമന്ത്രിയാക്കിയപ്പോൾ ഇലയിട്ട് ഉണ്ണാനിരുന്ന ഒരുവൾ ഇളിഭ്യയായി എണീറ്റു പോയത് പലരും ആഘോഷമാക്കി.

ഇന്ന് 2020ൽ എത്തിനിൽക്കുമ്പോൾ പറഞ്ഞാൽ ഈ തമാശ അസ്ഥാനത്താവുമോ എന്നറിയില്ല എങ്കിലും മനസ്സിൽ തോന്നിയ ഒരു കാര്യം പറയാതെ വയ്യ. ഇങ്ങനെ ചായകുടിച്ചു മുഖ്യമന്ത്രിയായതു കൊണ്ടാണോ പല വിഷയങ്ങളേയും നമ്മുടെ നായനാർ ചായ കുടിയോട് ഉപമിച്ചത് എന്ന് ചിന്തിക്കേണ്ടിയിരിക്കുന്നു (വിദേശങ്ങളിലൊക്കെ സ്ത്രീപീഡനമെന്നുപറഞ്ഞാൽ ഒരു ചായ കുടിക്കുന്ന പോലെയേയുള്ളൂ എന്ന നായനാരുടെ പ്രശസ്തമായ വരികൾ മറക്കാൻ ഏതൊരു പെണ്ണിനും സാധിക്കുകയില്ല) ഗൗരി വീണ്ടും വ്യവസായ മന്ത്രിയായി കുപ്പായമണിഞ്ഞ അന്ന് ഇന്റലിജൻസ് ഡിപ്പാർട്ട്മെന്റും ഗൗരിയുടെ നേതൃത്വത്തിലായിരുന്നു.

വ്യവസായമേഖലയിൽ കെ.ആർ. ഗൗരിയമ്മ കൊണ്ടുവന്ന നേട്ടങ്ങൾ ഗുപ്തകാലഘട്ടത്തിലെ ഇന്ത്യയെ അനുസ്മരിക്കുന്ന വിധത്തിലുള്ളതായിരുന്നു. തൊട്ടതെല്ലാം പൊന്നാക്കുന്ന മന്ത്രിയായി ഗൗരി മാറിയത് വളരെ പെട്ടെന്നാണ്, പൂട്ടിക്കിടന്ന വ്യവസായങ്ങളെല്ലാം തുറന്ന് പ്രവർത്തിപ്പിച്ചു. നഷ്ടത്തിലായവയെല്ലാം ലാഭത്തിലാക്കി. അമേരിക്കയിൽ പോയി സിലിക്കോൺവാലി കണ്ട് അതേ രീതിയിൽ കേരളത്തിൽ ഒരു വ്യവസായ സംരംഭം കൊണ്ടുവന്നു. അന്ന് ഗൗരി നമ്മുടെ കേരളത്തിന് പരിചയപ്പെടുത്തിയ ആ വ്യവസായ സംരംഭമാണ് ഇന്നത്തെ നമ്മുടെ ടെക്നോപാർക്ക്.

നിയമസഭയിലെ എതിരാളികൾ പോലും ഗൗരിയമ്മയെ തള്ളിപ്പറഞ്ഞില്ല. ഗൗരിയെക്കുറിച്ച് പറയുമ്പോൾ വായും പൂട്ടി മിണ്ടാതെ നിന്നവർ ബാഫഖി തങ്ങൾ ഗൗരിയെക്കുറിച്ചു പറഞ്ഞതു കേട്ട് അതേ മിണ്ടാതെ നില്പ് തുടർന്നു. തങ്ങൾ ബാഫഖി അന്നു ധൈര്യമായി പറഞ്ഞു, “ആണുങ്ങൾ മാത്രമുള്ള 67-ലെ മന്ത്രിസഭയിൽ ഒരൊറ്റ ആണേയുള്ളൂ. അത് ഗൗരിയമ്മയാണ്.”

■

പാർട്ടിയിൽനിന്ന് പുറത്ത്

1993-നോടു യാത്രപറഞ്ഞ് പുതുവർഷം ആഘോഷിക്കുന്ന ഒരു ശനിയാഴ്ച. 94-ലെ ജനുവരി ഒന്ന്. നാലുദിവസം നീണ്ടുനിന്ന സി.പി.എം. സംസ്ഥാന കമ്മിറ്റി യോഗത്തിന്റെ അവസാനം എ.കെ.ജി. സെന്റർ ഇറക്കിയ പത്രറിപ്പോർട്ട് മാർക്സിസ്റ്റ് പാർട്ടി ആലപ്പുഴ ജില്ലാ കമ്മിറ്റി അംഗമായ കെ.ആർ. ഗൗരിയമ്മയെ പാർട്ടിയിൽ നിന്ന് പുറത്താക്കാൻ ഏകകണ്ഠമായി തീരുമാനമെടുത്തു എന്നാണ്. 'പാർട്ടി അച്ചടക്കം തുടർച്ചയായി ലംഘിച്ചു' എന്ന വരി വീണ്ടും വീണ്ടും വായിച്ച ഗൗരി മൈക്കുമായി മുന്നിൽ കൂടി നിന്ന പത്രക്കാരോട് പറഞ്ഞു "കേട്ടോ അച്ചടക്കം ലംഘിച്ചൂന്ന് അതാണ്, അതാണ് നടപടിയെടുക്കാൻ കാരണം."

ആ റിപ്പോർട്ട് വായിക്കുമ്പോൾ പതിവില്ലാത്തവിധം ഗൗരിയുടെ ശബ്ദം ഇടറിയിരുന്നു. എങ്കിലും കണ്ണുനിറയാതെ അവർ വായിച്ചു നിർത്തി. "പാർട്ടി ശത്രുക്കളുമായി കൂട്ടുകൂടി പാർട്ടിയെ തകർക്കാൻ ശ്രമിച്ചു." "പാർട്ടി ശത്രുക്കൾ ആരാണ്...?" ഗൗരിക്ക് ഇന്നും ഉത്തരം കിട്ടാത്ത ചോദ്യം അതാണ്. കാരണം ഗൗരി കൂട്ടുകൂടിയത് ജനങ്ങളോടാണ്.

പാർട്ടിക്ക് അധികാരം വാങ്ങിക്കൊടുത്ത സാധാരണക്കാരന്റെ ചൂണ്ടുവിരലിലെ മഷിക്കറയോടു മാത്രമാണ് ഗൗരിക്ക് ഉത്തരവാദിത്വം എന്നവർ ഉറച്ചു വിശ്വസിച്ചു. ആലപ്പുഴ ജില്ലാകമ്മിറ്റിയിലേക്കു മാത്രമായി തരം താഴ്ത്തിയപ്പോഴും ഒരു വിഭാഗം ജനങ്ങൾ 'കേരം തിങ്ങും കേരള നാട്ടിൽ കെ.ആർ. ഗൗരി തനിച്ചല്ല' എന്ന മുദ്രാവാക്യങ്ങളോടെ ഗൗരിയുടെ ഒപ്പം നിന്നു. എന്നാൽ 'ഗൗരിയമ്മ പെറ്റതല്ല കേരളം' എന്ന എതിർ മുദ്രാവാക്യം കേരളത്തിൽ കൊടുങ്കാറ്റായി അലയടിച്ച കാലവും ഇതു തന്നെയായിരുന്നു.

ഏതൊരു മലയാളിക്കും മറക്കാനാവാത്ത ഈ രണ്ട് കാഹളങ്ങൾക്കിടയിൽ നിശ്ശബ്ദയായി നിന്ന കേരളത്തിന്റെ സ്വന്തം പെൺസഖാവ് അപ്പോഴും നിശ്ചയദാർഢ്യത്തിന്റെ പാതയിൽ തന്നെയായിരുന്നു. കേരളത്തിലെ ഏറ്റവും മികച്ച നിയമ സഭാപ്രവർത്തനം നടത്തിയ വ്യക്തിക്കുള്ള അവാർഡിന് അർഹയായ ഗൗരിയെ അനുമോദിക്കാൻ പാർട്ടിക്കുള്ളിൽ

നിന്നും ആരും വന്നില്ല എന്നു മാത്രമല്ല, ഗൗരി പാർട്ടിയിൽ നിന്നു പുറത്താക്കപ്പെടുമ്പോൾ പാർട്ടിയിലെ ഒരൊറ്റ നേതാവും കൂടെയുണ്ടായിരുന്നുമില്ല. കൃഷ്ണഭക്തയും ഗുരുദേവ വിശ്വാസിയുമായ ഗൗരിക്ക് ഗുരുവായൂരപ്പനെ കാണാനും ചോവോത്തി ഗൗരിയെന്ന് വിളിച്ചാക്ഷേപിച്ചവരുടെ കൺമുന്നിലൂടെ ശിവഗിരിയാത്ര നടത്താനും കൈവന്ന ഒരു ഭാഗ്യമായി മാത്രമേ ഈ പുറത്താക്കലിനെ ഗൗരി കണക്കാക്കിയുള്ളൂ. "ഗൗരിച്ചോത്തി പെണ്ണല്ലേ, പുല്ലുപറിക്കാൻ പൊയ്ക്കൂടെ" എന്ന് പരിഹസിച്ചവർ ഒന്നു മറന്നു... വെയിലേറ്റാൽ ഉരുകുന്ന കാരിരുമ്പുണ്ടോ? എന്നു തിരുത്തിപ്പറയുന്ന കാലം വിദൂരമായിരുന്നില്ല.

അന്ന് ജെ.എസ്.എസ്. എന്ന പാർട്ടിയുടെ രൂപവത്കരണ സമ്മേളനം ആലപ്പുഴയിൽ നടക്കുകയാണ്. ആലപ്പുഴ കടപ്പുറത്ത് ഇത്ര വലിയ ഒരു ജനാവലി ഇതിനു മുൻപ് ആരും കണ്ടിട്ടില്ലാത്ത വിധത്തിൽ വളരെ വലിയ ആവേശത്തോടെ ജനങ്ങൾ തിങ്ങിക്കൂടി. രണ്ടു മുന്നണിയിലും ചേരാതെ ജെ.എസ്.എസ്. നടുക്കു നിൽക്കും എന്നതായിരുന്നു തീരുമാനം. കേരളം ആദ്യമായി കണ്ട ഈ മൂന്നാം മുന്നണി നയിച്ചത് കെ.ആർ. ഗൗരിയമ്മയാണ്.

ഇന്നും നമ്മൾ അലമുറയിടുന്ന പ്രശ്നമായ സ്ത്രീ പുരുഷ സമത്വം അന്നേ പ്രധാന ലക്ഷ്യമാക്കിക്കൊണ്ട് രൂപികരിച്ച ജെ.എസ്.എസ്സിന് പെട്ടെന്നു വളർച്ച മുരടിച്ചു പോയത് ചിലപ്പോൾ ലക്ഷ്യം ഒരിക്കലും സാധിക്കാൻ പോകുന്നില്ലെന്ന് കണ്ടിട്ടാവണം, അതോ ഇനി ലക്ഷ്യം നേരത്തെ സാധിച്ചതുകൊണ്ടാണാവോ? ആർക്കറിയാം? എന്തായാലും

സവർണ്ണ മേധാവിത്വത്തിനെതിരെയും സ്ത്രീപുരുഷ സമത്വത്തിനു വേണ്ടിയും അലമുറയിട്ടു നെഞ്ചത്തടിച്ചു നിലത്തുകിടന്നുരുളുന്നവർ ജെ.എസ്.എസ്. എന്ന പാർട്ടിയുടെ കാതലായ ലക്ഷ്യമെന്തായിരുന്നുവെന്നും എന്തുകൊണ്ട് ആ ആശയം മുന്നോട്ടുവച്ച ഗൗരിയമ്മയും പാർട്ടിയും മാർക്സിസ്റ്റ് പാർട്ടിയുടെ കണ്ണിൽ കൃഷ്ണമണിയോളം പോന്ന ഒരു കരടായി മാറിയെന്നും അറിഞ്ഞിരിക്കുന്നത് വെറുതെയാവില്ല എന്നാണ് തോന്നുന്നത്.

'കുറെ പേർക്ക് പൈസയുണ്ടാക്കാനുള്ള സ്ഥാപനമായി മാറിക്കഴിഞ്ഞു ഇപ്പോൾ പാർട്ടി. പണ്ടൊക്കെ നാടുവാഴികൾക്കും ജന്മിമാർക്കും എതിരായിരുന്നു എങ്കിലും ഇപ്പോഴത്തെ പല മാർകിസ്റ്റ് നേതാക്കളും സ്വയം ജന്മികളായി മാറിക്കഴിഞ്ഞിരിക്കുകയാണ്. വായ തുറന്നാൽ ചൈന എന്നു മാത്രം പറയുന്ന മാർക്സിസ്റ്റുകാരൻ ചൈനയുടെ വാതിലുകൾ വിദേശികൾക്കായി തുറന്നു കൊടുത്തു. സ്വകാര്യമേഖലയ്ക്കാണ് ഇന്നവിടെ പ്രാധാന്യം. ഇതാണോ പെറ്റനാടിനെ ഒറ്റുകൊടുക്കാത്ത മാർക്സിസം?' എന്നൊക്കെയുള്ള ഗൗരിയമ്മയുടെ മുനവച്ച ചോദ്യങ്ങൾക്ക് മറുംകണ്ടം ചാടി കോൺഗ്രസ്സിലെത്തിയവളുടെ വെറും കുറ്റപ്പെടുത്തലായി മാത്രം കണ്ട് വിഡ്ഢികളായ, സാധാരണക്കാരായ ജനങ്ങൾ ചിറികോട്ടിയുള്ള ഒരു ചിരി മാത്രമാണ് മറുപടിയായി നൽകിയത്.

അധികാരക്കൊതിയോടെ കോൺഗ്രസിലെത്തിയവൾ എന്ന പരിഹാസം ഒരുപാട് കേട്ടെങ്കിലും ജനിച്ചുവളർന്ന മണ്ണിനെയും വീടിനെയും പാടെ മറക്കാൻ മനുഷ്യനായി പിറന്നവന് സാധിക്കുമോ? ഗൗരി വീണ്ടും കമ്മ്യൂണിസ്റ്റ് ആശയങ്ങളിലേക്ക് (ഇടതുപക്ഷചിന്താരീതിയിലേക്ക്) തിരിച്ചെത്തി.

ജെ.എസ്.എസ്സിലെ പലരും വീണ്ടും ഇരുമുന്നണികളിലുമായി അണിചേർന്നു. പാർട്ടിയിൽ നിന്നും പുറത്താക്കിയവരെ ഒരുമിച്ചുകൂട്ടി എം.വി. രാഘവൻ ഒരു കമ്മ്യൂണിസ്റ്റ് ഫെഡറേഷൻ അക്കാലത്ത് രൂപീകരിച്ചത് ഇപ്പോഴാണ് ഓർമ്മവന്നത്. അന്നും 'ഗൗരിയെ ചേർത്തതെന്തിന്?' എന്ന ചോദ്യശരങ്ങൾ ഒരുപാട് ഉയർന്നുവന്നിരുന്നു. രാഘവൻ കൊടുത്ത മറുപടി രസകരമായിരുന്നു. 'നമ്പൂതിരിപ്പാടുവന്നാലും സാക്ഷാൽ നായനാരുവന്നാലും നമ്മൾ ഫെഡറേഷനിൽ ചേർക്കും. അതിനങ്ങനെ പ്രത്യേകിച്ച് കാരണമൊന്നുമില്ല പക്ഷേ സ്വന്തം പാർട്ടിയിൽ നിന്നും പുറത്താക്കണമെന്നുമാത്രം.' തന്റെ സ്വതസിദ്ധമായ ശൈലിയിൽ രാഘവൻ അതുപറഞ്ഞപ്പോഴും പാർട്ടി തന്നെ തിരികെ വിളിക്കും. ഗൗരിയെ പാർട്ടിക്ക് വേണം എന്ന് മനസ്സിൽ ഒരായിരം വട്ടം പറഞ്ഞുറപ്പിച്ച് വരാൻ പോകുന്ന ആ നല്ല ദിവസത്തെക്കുറിച്ചോർമ്മിക്കുന്ന ഗൗരിയുടെ കണ്ണുകളിൽ മക്കളുടെ വിളിക്കായി കാതോർത്ത് വൃദ്ധസദനത്തിന്റെ മുന്നിൽ കാത്തുനിൽക്കുന്ന ഒരമ്മയുടെ നൊമ്പരമുണ്ടായിരുന്നു.

■

ആകാശം ഇഷ്ടപ്പെടുന്ന സഖാവ്

ചെറുപ്പം മുതൽക്കേ ആകാശത്തിനോടും നക്ഷത്രങ്ങളോടും ഗൗരിക്ക് ഒരുപാടിഷ്ടമാണ്. രാത്രികാലങ്ങളിൽ വെറുതെയിരിക്കുമ്പോൾ അവൾ ആകാശത്തേക്ക് നോക്കും. നക്ഷത്രങ്ങളെ അവയുടെ പേരുവിളിച്ച് തിരിച്ചറിയും. ഏറ്റവും തിളക്കമുള്ളത് ശുക്രൻ, ഉദിച്ചുവരുന്നത് ധ്രുവൻ, ചന്ദ്രനോട് ചേർന്നിരിക്കുന്നത് രോഹിണി, 'അവർ ഭാര്യാഭർത്താക്കന്മാരാണത്രെ' കുറച്ചുനേരം അങ്ങനെ നോക്കിയിരുന്നിട്ട് അവൾ മെല്ലെപ്പറയും "പേരുകളൊക്കെ എന്നും ജ്വലിക്കുന്ന നക്ഷത്രത്തിനേയുള്ളു ജ്വലിക്കാത്ത നക്ഷത്രത്തിന് എന്തുപേര്? അതും ഒരു നക്ഷത്രം, അത്രതന്നെ..."

രണ്ടായിരത്തി ഒന്നിൽ യു.ഡി.എഫിൽ നിന്നുകൊണ്ട് കൃഷിമന്ത്രിയായി സ്ഥാനമേറ്റ ഗൗരിയമ്മ താൻ പഠിച്ച രാഷ്ട്രീയവും നിലവിലുള്ള രാഷ്ട്രീയവും വെള്ളത്തിൽ വീണ എണ്ണ കണക്കെ വേറിട്ടു നിൽക്കുന്നു എന്നു കണ്ടിട്ടാവണം പിന്നീട് യു.ഡി.എഫ്. വിട്ടത്. 2006ൽ അരൂരിൽ എതിർസ്ഥാനാർത്ഥി താരതമ്യേന പ്രശസ്തനല്ലാതിരുന്ന എന്നാൽ പിൽക്കാലത്ത് പ്രശസ്തനായ അഡ്വ. എ.എം. ആരിഫ് എം.എൽ.എ. ആയിരുന്നു. നൂറുശതമാനം വിജയമുറപ്പിച്ചിരുന്ന മണ്ഡലത്തിൽ ഗൗരിയമ്മ ആരിഫിനോടു തോറ്റത് അധോലോകബന്ധത്തിന്റെയും പണക്കൊഴുപ്പിന്റെയും ഫലമായാണ് എന്ന പ്രയോഗം ഗൗരിയേയും ജെ.എസ്.എസ്സിനെയും വെട്ടിലാക്കി. എ.എം.ആരിഫ് അന്ന് ഇലക്ഷൻ പ്രചരണത്തിന് ഉപയോഗിച്ചത് ബച്ചു റഹ്മാൻ എന്ന അധോലോക കുറ്റവാളിയുടെ ജീപ്പാണെന്നും അയാൾ ആരിഫിന് വേണ്ടി നിരത്തിലിറക്കിയ കാശിന്റെ വിലയാണ് ആരിഫിന് കിട്ടിയ വോട്ടെന്നും പരസ്യമായി പറഞ്ഞ ഗൗരിയമ്മയോട് "നിങ്ങളുടെ ഒരു ആങ്ങള തന്നെയാണ് ആ വാഹനം ഏർപ്പാടാക്കിയത് എന്നും മനസ്സാക്ഷിക്ക് നിരക്കാത്ത വർത്തമാനം പറഞ്ഞതിന് ഗൗരിയമ്മ അനുഭവിക്കുമെന്നൊക്കെ" ആരിഫ് തിരിച്ചടിച്ചു.

ആരിഫ് ഗൗരിയമ്മയ്ക്ക് അന്ന് ഇതിനെപ്രതി വക്കീൽ നോട്ടീസ് അയച്ചിരുന്നു. ജെ.എസ്.എസ്സുകാരനെ തല്ലിച്ചതച്ച പണക്കൊഴുപ്പിനെതിരെ

അപ്പോഴും ഗൗരി ശക്തമായി തന്നെ പ്രതികരിച്ചുകൊണ്ടിരുന്നു. പിന്നീട് ആ അന്വേഷണങ്ങളൊക്കെ എവിടെപ്പോയോ ആവോ?

2019ന് കേരളത്തിൽ നടന്ന ലോകസഭാ തിരഞ്ഞെടുപ്പിൽ മറ്റാരേക്കാളും പ്രതിസന്ധിയിലായതും ഗൗരിയമ്മതന്നെയാണ്. കാരണം ഒരിക്കൽ വിട്ടുപോന്ന കോൺഗ്രസ് പാർട്ടിക്ക് വോട്ടുചെയ്യാൻ ഗൗരി എന്ന കമ്മ്യൂണിസ്റ്റുകാരിക്ക് ഒരിക്കലുമാവില്ല എന്ന് ഗൗരിയെ അറിയാവുന്നവർക്കെല്ലാം അറിയാം. എന്നാൽ ചുവപ്പിനെ പ്രണയിക്കുന്ന ആ പെൺ സഖാവിന്റെ പാർട്ടിയുടെ സാരഥി അന്നു കൊമ്പുകോർത്ത അതേ എ.എം. ആരിഫ് ആയിരുന്നു. ആജന്മശത്രുവായ സ്വന്തം പാർട്ടിക്കാരനു വോട്ടു ചെയ്യണോ അതോ എന്നും വെറുക്കുന്ന മറ്റൊരു പാർട്ടിയുടെ ആശയങ്ങളെ പിൻതാങ്ങണോ എന്നുള്ള ചോദ്യം അന്ന് ആ നൂറുവയസുകാരിയെ അകാരണമായി പൊട്ടിത്തെറിക്കുന്ന അവസ്ഥയിലേക്ക് തള്ളി വിട്ടു.

പ്രതിസന്ധിഘട്ടങ്ങളിൽ തളരാതെ പടുത്തുയർത്തിയ ജെ.എസ്.എസ്. എന്ന സ്വന്തം പാർട്ടിയെ ഒന്നാംനിര രാഷ്ട്രീയ പാർട്ടിക്കാർ തങ്ങളുടെ പാർട്ടിയിൽ ലയിപ്പിക്കാനായി വന്നപ്പോൾ പെണ്ണിന്റെ ഇരുതല മൂർച്ചയുള്ള നിശ്ശബ്ദത എന്ന ആയുധമേന്തി കളത്തിപ്പറമ്പിലെ ഗൗരി മൗനം പാലിച്ചു. വീടിന്റെയും മനസ്സിന്റെയും വാതിൽ പൂട്ടിയിട്ട് താക്കോൽ

മധുരിക്കും പിണക്കങ്ങൾ
എം.പി. എ.എം. ആരിഫിനൊപ്പം ഒരു പിറന്നാൾ ആഘോഷം

വലിച്ചെറിഞ്ഞപ്പോഴും കാര്യസാധ്യത്തിനായി വന്നവർ അവരെ തോൽപിക്കുകതന്നെ ചെയ്തു. പൂട്ടിയിട്ട ഗെയ്റ്റ് തല്ലിപ്പൊട്ടിച്ച് അകത്തുകയറി ജെ.എസ്.എസ്സിനെ ലയിപ്പിച്ച ചരിത്രം അടുത്തകാലത്ത് വീണ്ടും മാധ്യമങ്ങളിൽ വാർത്തയായി. 2019 ഏപ്രിൽ 23ന് ലോകസഭാ ഇലക്ഷനുവേണ്ടി വോട്ടു ചെയ്തു പുറത്തിറങ്ങിയ ഗൗരിയമ്മയോട് ആർക്കാണ് വോട്ടു ചെയ്തത് എന്ന് മാധ്യമങ്ങൾ ചോദിച്ചപ്പോൾ ചരിത്രത്തിന്റെ കൂട്ടുകാരിയായ, ആ ചിരിക്കാത്ത കാമുകി കുസൃതിച്ചിരിയോടെ 'രഹസ്യ വോട്ടാണ്. പറയാൻ പാടില്ല' എന്നു മറുപടി പറഞ്ഞു.

ഇരുപതിൽ പത്തൊമ്പത് കമ്മ്യൂണിസ്റ്റുകാരും നവകേരള നിർമ്മാണത്തിന് അവസരം ലഭിക്കാതെ ഒലിച്ചുപോയപ്പോൾ പാർട്ടിയുടെ ഒരുതരി കനൽ മാത്രം ലോകസഭയിലേക്ക് എത്തിയത് ആലപ്പുഴയിൽ നിന്നുമായിരുന്നു. എ.എം. ആരിഫ് മാത്രം. 16895 വോട്ടിന് കമ്മ്യൂണിസ്റ്റുപാർട്ടിയുടെ വക്താവായി പാർട്ടിയെ നാണക്കേടിൽ നിന്നു രക്ഷിച്ചതിനു പിന്നിൽ എന്തു തെറ്റും പൊറുത്തുകൊടുക്കുന്ന മാതൃസ്നേഹത്തിന്റെ ഒരു വോട്ടുകൂടി ഉണ്ടായിരുന്നു എന്നു വിശ്വസിക്കാതെ തരമില്ല.

■

രാഷ്ട്രീയ അങ്കത്തിൽ

രണ്ടായിരത്തിപ്പതിനൊന്നിൽ ചേർത്തലയിൽ സ്വന്തം നാട്ടിൽ ഗൗരി വീണ്ടും തോറ്റു. അമ്പതു കൊല്ലമായി മാർക്സിസ്റ്റ് പാർട്ടിയോട് എതിർപ്പ് പ്രകടിപ്പിച്ചിരുന്ന മലയാളം പത്രങ്ങൾ ഗൗരിയമ്മവിഷയം പന്ത്രണ്ട് പേജുകളിൽ വരെയാണ് ചർച്ച ചെയ്തത്. ചിലപ്പോഴത് ഗൗരിയോടുള്ള അടക്കാനാവാത്ത സ്നേഹമായിരിക്കുമല്ലേ? സിൽബന്തികളായി കൂടെ നിന്നവർ ഗൗരിയോടു പറഞ്ഞു- പുറത്താക്കലിൽ നിന്നും വന്ന പ്രാധാന്യം രാഷ്ട്രീയത്തിൽ നമ്മൾ വിജയകരമായി ഉപയോഗിച്ചില്ല അതാണ് പറ്റിയതെന്ന്. ഗൗരിക്ക് ആ രാഷ്ട്രീയഭാഷ അത്രയ്ക്കു വശമില്ലായിരുന്നു. കാരണം പുറത്താക്കുന്നതും കുറ്റക്കാരിയാക്കുന്നതും പ്രാധാന്യമുള്ള കാര്യമാണെന്ന് ഗൗരി പഠിച്ചിട്ടില്ല.

കെ.ആർ. ഗൗരി പോലും തോറ്റുപോയല്ലോ എന്ന് നാട്ടിലെ സാധാരണ ജനങ്ങൾ ഖേദിച്ചപ്പോൾ 'തോട്ടണ്ടിയുടെ തൊലിയുരിഞ്ഞു' എന്നാണ് ഇ.എം.എസ്. അന്നു പറഞ്ഞത്. നായനാരുടെ വാക്കുകൾ ഗൗരിയെ എന്നും വേദനിപ്പിച്ചിട്ടേയുള്ളൂ. "രാഷ്ട്രീയപരമായും ഭരണപരമായും നോക്കിയാൽ ഗൗരിയമ്മ ഒരു പരാജയമാണ്, ഒറ്റയ്ക്ക് ഒരു കഴിവുമില്ലാത്തവൾക്ക് പാർട്ടി ഓരോരോ അവസരങ്ങൾ കൊടുത്തപ്പോൾ അതൊക്കെ തന്റെ സ്വന്തം കഴിവാണെന്നവർ കരുതി."

"ഒരുപാടു സ്വത്തുക്കൾ കണ്ടു വളർന്നതിന്റെ അഹങ്കാരമാണവർക്ക്, മാടമ്പിയായി ജീവിച്ചതുകൊണ്ട് അധികാരം ഒരു ദൗർബല്യമാണ് ഗൗരിയമ്മയ്ക്ക്" എന്നൊക്കെ നായനാർ ഗൗരിയെപ്പറ്റി പറഞ്ഞതെന്തിനായിരുന്നുവെന്ന് ഇന്നും അവർക്കറിയില്ല. ബാലിശമായ ആരോപണങ്ങൾ ഉന്നയിച്ച് കൗരവസഭയിൽ പാഞ്ചാലിയെ ആക്ഷേപിച്ചതുപോലെ തരംതാണ വാക്കുകളുപയോഗിച്ച് ഇ.എം.എസ്സിന്റെ മകൻ ഇ.എം. ശ്രീധരൻ നമ്പൂതിരിപ്പാട് സ്റ്റേറ്റ് കമ്മിറ്റിയിൽ വെച്ച് ഗൗരിയെ പരസ്യമായി അധിക്ഷേപിച്ചു.

ഇ.എം.എസ്സിനെ ഗൗരിയന്ന് ഇ.എം. ശങ്കരൻ നമ്പൂതിരിപ്പാടെന്നു വിളിച്ചു. അത് ശ്രീധരന് അശേഷം രുചിച്ചില്ല. അങ്ങനെയെങ്കിൽ നിങ്ങളെ

ഗൗരി ചോവോത്തി എന്നു വിളിക്കണം എന്നു പറഞ്ഞു. കൂടാതെ സഭ്യമല്ലാത്ത വിധത്തിൽ ഗൗരിയെ പറയാവുന്നതെല്ലാം പറഞ്ഞു. ഗൗരി സഭയിൽ നിന്നും ഇറങ്ങിപ്പോന്നു. പിന്നീട് ഈ ചോവത്തി എന്ന പ്രയോഗം ചിലരൊക്കെ ഏറ്റെടുത്ത് നാടു മുഴുവൻ പ്രചരിപ്പിച്ചു. ശരിക്കും ഈ ചോവൻ പ്രയോഗം നമ്മുടെ നാടിന്റെ ഒരു പിൻതുടർച്ചയാണെന്ന് തോന്നുന്നുണ്ട്. ഈ അടുത്ത കാലത്തും മുഖ്യമന്ത്രി പിണറായി വിജയനെപ്രതി ചോവൻ പദവും തെങ്ങുകയറ്റവും കള്ളുചെത്തുമൊക്കെ സോഷ്യൽ മീഡിയയിൽ വലിയ ചർച്ചാവിഷയമായിരുന്നല്ലോ.

പെട്ടെന്നൊരു ദിവസം മാധ്യമങ്ങളെ അലട്ടിയ മറ്റൊരു പ്രശ്നം ഗൗരിയമ്മ പ്രസവിച്ചിട്ടില്ലല്ലോ, ഇനി അതെന്താവും എന്നുള്ളതായിരുന്നു. ഗൗരിയുടെ അടുത്തേക്ക് കാരണമന്വേഷിക്കാൻ ഓടിയെത്തിയവരോട്

ഇപ്പോൾ ഈ വിഷയത്തിന് എന്തു പ്രധാന്യമാണ് ഉള്ളതെന്ന് ചോദിച്ചെങ്കിലും വെറുതെ വിടാൻ ആരും തയ്യാറല്ലായിരുന്നു. “രണ്ടുവട്ടം ഞാൻ ഗർഭിണിയായതായിരുന്നു അപ്പോഴൊക്കെ യാത്ര പാടില്ല എന്ന് ഡോക്ടർ പറഞ്ഞിരുന്നു, പക്ഷേ പൊതുപ്രവർത്തനങ്ങൾക്കായി യാത്രചെയ്യാതെ തരമില്ലായിരുന്നു. അതുകൊണ്ട് ഇരുവട്ടവും അമ്മ എന്ന ഭാഗ്യം നിഷേധിക്കപ്പെട്ടു. അല്ലായെങ്കിൽ ഞാനിന്ന് ഗൗരിയമ്മൂമ്മയോ, ഗൗരി മുത്തശ്ശിയോ ഒക്കെ ആയേനേ.”

അമ്മയാവാത്ത ഗൗരിയമ്മ ഇങ്ങനെ പറഞ്ഞുനിർത്തി.

വിശദീകരണത്തിൽ തൃപ്തരായവർ മടങ്ങിപ്പോവുന്നതു കണ്ടുകൊണ്ട് വാതിൽക്കലെത്തി നിന്ന ഗൗരി പണ്ടൊരിക്കൽ തേനീച്ചക്കൂട്ടം പോലെ ഇവർ ഗൗരിയുടെ അടുത്തേക്ക് പാഞ്ഞെത്തിയതിനെക്കുറിച്ചോർത്തു. അന്ന് അതിനു കാരണം ഗൗരിയുടെ വിവാദമായ ഒരു പ്രസ്താവനയായിരുന്നു. “പൊലീസിന്റെ ലാത്തിക്ക് ആണത്തം ഉണ്ടായിരുന്നെങ്കിൽ ഞാനെന്നേ ലാത്തിക്കുഞ്ഞുങ്ങളെ പെറ്റേനേ” എന്ന് ഗൗരി ഉറക്കെ വിളിച്ചു പറഞ്ഞു.

കേരളത്തിൽ ഏറ്റവും കൂടുതൽ മർദ്ദനമേറ്റ കമ്മ്യൂണിസ്റ്റുകാരികളിലൊരാളാണ് കെ.ആർ. ഗൗരിയമ്മ. ബ്ലൗസ് വലിച്ചുകീറിയും വയറ്റിൽ ബൂട്ടിട്ട് ചവിട്ടിയുമുള്ള ഭീകരമായ മർദ്ദനം സമരക്കാർക്കന്നു പുത്തരിയല്ല. ജയറാം പടിക്കലിനെയും അജിതയേയുമൊക്കെ കാലത്തിന്റെ ഏടുകൾ മറിക്കുമ്പോൾ നമുക്ക് കണ്ടുമുട്ടാവുന്ന കാലമാണത്. അല്ലാതെ മൂടിവെയ്ക്കേണ്ടതൊക്കെ തുറന്നുകാട്ടുന്ന ഇന്നത്തെ പുത്തൻ നവോത്ഥാനകാലഘട്ടമല്ലല്ലോ, അന്ന് അത് വലിയ പ്രശ്നമായി, അശ്ലീലമായി, അബദ്ധമായി, മൂക്കത്തു വിരൽവെച്ച് സമൂഹം ‘ശ്ശേ’ പറഞ്ഞു. പക്ഷേ പാർട്ടിപ്രവർത്തനകാലത്ത് അനുഭവിക്കേണ്ടിവന്ന ശാരീരിക പീഡനങ്ങളുടെ ആഴം ഇത്രവേഗം വിശദീകരിച്ച ഇതിലും നല്ല വരികൾ പിന്നീടാരും പറഞ്ഞുകേട്ടിട്ടേയില്ല.

എന്നെങ്കിലും പാർട്ടിയിലേക്ക് തിരിച്ചെടുക്കാൻ വേണ്ടി പാർട്ടിക്ക് ഇഷ്ടമുള്ളതു മാത്രം ചെയ്തു ജീവിച്ച ആളായിരുന്നില്ല ഗൗരിയമ്മ. അതുകൊണ്ടാണല്ലോ പാർട്ടിയിൽ നിന്ന് പുറത്താക്കിയതിനെപ്പറ്റി ഞെട്ടിപ്പിക്കുന്ന വിധത്തിൽ ഗൗരി പ്രതികരിച്ചത്. പാർട്ടിക്കു വേണ്ടാത്തവരാരും ജീവിച്ചിരിക്കില്ല എന്നിട്ടും ഞാനിന്നും ജീവിക്കുന്നുണ്ടല്ലോ എന്നുപറഞ്ഞ ആ നട്ടെല്ലിന്റെ കടുപ്പം ഈ 21-ാം നൂറ്റാണ്ടിലും വളരെ കുറച്ചുപേർക്കേയുള്ളൂ. കെട്ടിവെച്ച കാശുതരികയില്ലെന്നു പാർട്ടി സ്റ്റേറ്റ് സെന്ററിന്റെ പ്രതിജ്ഞയുണ്ടായിരുന്നിട്ടും അവരുടെ കൂടെ നിന്നകാലത്തേക്കാൾ ഇരട്ടി വോട്ടുനേടി ആ മണ്ഡലത്തിൽ നിന്നുതന്നെ ജയിച്ചാൽ ആർക്കും സഹിക്കാൻ പറ്റില്ല. അതുകൊണ്ട് ആരേയും കുറ്റം പറഞ്ഞിട്ടു കാര്യമില്ല.

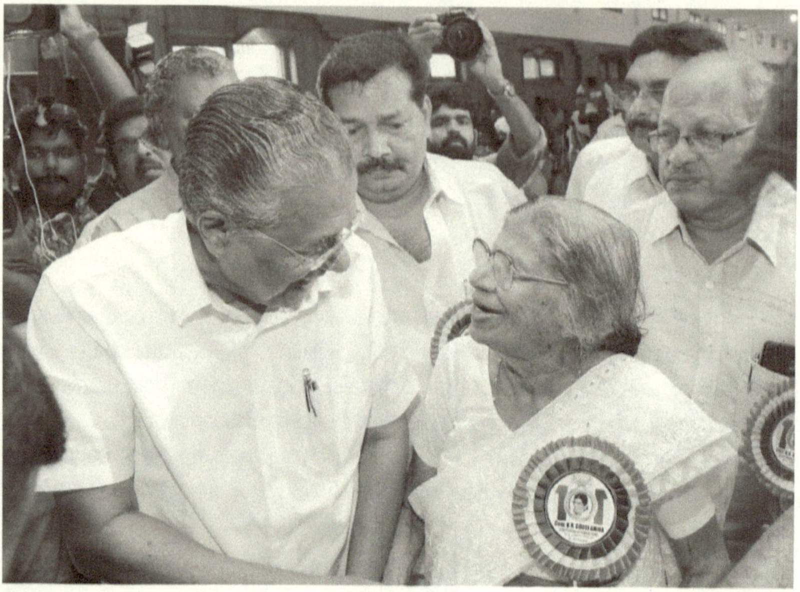

പിണറായി വിജയനുമായി സൗഹൃദസംഭാഷണത്തിൽ

ഇരുപത്തിനാലു വർഷങ്ങൾക്കുശേഷം പാർട്ടിയിലേക്കു തിരിച്ചെടുത്തു എന്ന വാർത്തയോടൊപ്പം വനിതാമതിലിനു ക്ഷണിക്കാൻ വന്നവർ ഗൗരിയോടു പറഞ്ഞു: "സ്ത്രീകൾക്കു സമൂഹത്തിൽ വേണ്ടത്ര പരിഗണന ലഭിക്കുന്നില്ല, പോരാത്തതിനു നാട്ടിലാകെ സവർണ്ണ മേധാവിത്വവുമാണ്. അതുകൊണ്ട് പണ്ട് മനുഷ്യച്ചങ്ങല സംഘടിപ്പിച്ചത് പോലൊരു വനിതാമതിൽ വേണം, അമ്മയും പങ്കെടുക്കണം. ഒപ്പം സി.പി. എമ്മിലേക്കു തിരിച്ചു വരണം". നൂറാം വയസ്സിലെത്തി നിൽക്കുമ്പോഴും പഴയ ആർജ്ജവം ഒരല്പം പോലും ചോരാതെ "ഞാനുണ്ട് കൂടെ. എന്റെ പ്രദേശങ്ങൾ ഞാൻ കൈകാര്യം ചെയ്തോളാം, നിങ്ങൾ ധൈര്യമായി പൊയ്ക്കൊ" എന്നു പറഞ്ഞു ഗൗരി. കാലാകാലം മുതൽക്കെ സ്ത്രീകൾക്ക് ലഭിച്ച പ്രത്യേക പരിഗണനയുടെയും നമ്പൂതിരിപ്പാടു പറഞ്ഞ പോലെ ജാതി മാഹാത്മ്യത്തിന്റെയും ഒക്കെ അനുഭവങ്ങൾ വേണ്ടുവോളം ഉള്ളവൾ തന്നെയാണല്ലോ.

കെ.ആർ. ഗൗരിയമ്മ പല പാത്രങ്ങളിൽ നിറയ്ക്കുന്ന വെള്ളം പോലെയായിരുന്നു എന്നും. ഗൗരിയെ ഏതുവിധത്തിലാണോ മനസ്സിലാക്കുന്നത് ആ രൂപത്തിലേക്ക് അവർ വേഗം മാറിക്കഴിഞ്ഞിരിക്കും. ഒരു സ്ത്രീയെന്ന പരിഗണന പോലും ആരും നൽകിയിട്ടില്ലാത്ത ഗൗരി, പി.സി. ജോർജിനെ അന്വേഷിച്ചു വന്ന പെണ്ണിനും കൊച്ചിനും രണ്ടായിരം രൂപ കൊടുത്തു

പറഞ്ഞുവിട്ടപ്പോൾ 'ടി.വി.യുടെ ആദ്യഭാര്യയായിരിക്കാം വന്നത്' എന്ന പി.സി. ജോർജിന്റെ പരിഹാസം നല്ല ഒരു ഭാര്യ എന്ന നിലയിൽ ഗൗരിയെ കുറച്ചൊന്നുമല്ല വേദനിപ്പിച്ചത്. പ്രസവിക്കാത്ത ഗൗരി, കളവുപറയുന്ന ഗൗരി, പുറത്താക്കിയ ഗൗരി എന്നിങ്ങനെ ഗൗരിയമ്മയ്ക്ക് ആക്ഷേപങ്ങൾ ഏറുമ്പോഴും ഓരോ മന്ത്രിസഭയും (എൽ.ഡി.എഫ്. ആയാലും യു.ഡി.എഫ്. ആയാലും) മാറി, മാറി അധികാരത്തിൽ വരുമ്പോൾ ഗൗരി യമ്മയുടെ വീട്ടിൽ ചേർത്തല കാർത്ത്യായനിയമ്പലത്തിലെ ഒമ്പതാം ഉത്സവത്തിന്റെ തിരക്കാണ്.

അനുഗ്രഹം വാങ്ങാൻ വരുന്ന മന്ത്രിമാരുടെ നീണ്ട നിരതന്നെ അന്ന് കളത്തിപറമ്പിന്റെ മുറ്റത്ത് കാണാം. ഇതേപോലുള്ള ഒരു ആൾക്കൂട്ടോം ബഹളോം കാണാൻ പറ്റുന്ന മറ്റൊരു അവസരം ഗൗരിയമ്മയുടെ പിറ ന്നാളാണ്. ഗൗരിയമ്മയ്ക്ക് 90-ാം പിറന്നാൾ, കെ.ആർ. ഗൗരിക്ക് 95-ാം പിറന്നാൾ, 98-ാം പിറന്നാളിന്റെ നിറവിൽ ഗൗരിയമ്മ എന്നൊക്കെ പറഞ്ഞ് ചാനലുകളിലും പത്രങ്ങളിലും ഗൗരിയമ്മയുടെ വാർത്തകൾകൊണ്ടു നിറയും. രാഷ്ട്രീയ, അധികാരഭേദമന്യേ എല്ലാവരും പങ്കെടുത്തു ഗംഭീര മാക്കുന്ന ചടങ്ങുകൾക്കുശേഷം ഗൗരി വീണ്ടും കളത്തിപറമ്പിലെ തന്റെ ചാരുകസേരയിൽ വന്നിരിക്കും.

വെറുതെയിരിക്കുമ്പോൾ പഴയത് പലതും ഓർമ്മവരും എങ്കിലും കാലം പല ഓർമ്മകളേയും മായ്ച്ചുകളയും എന്നത് സത്യമാണ്. പ്രായം ജരാനരകൾ സമ്മാനിച്ചപ്പോഴും ഗൗരി ഓർക്കാനിഷ്ടപ്പെടുന്നത് തന്റെ ബാല്യമാണ്. കുടംപുളിച്ചോട്ടിലും മാവിൻചോട്ടിലുമെല്ലാം ശീലകോണ കവും ഉടുത്ത് ഓടിനടന്ന ആ കാലത്തെ കൂട്ടുകാരെയെല്ലാം വെറുതെ ഓർത്തെടുക്കാൻ ശ്രമിക്കും. ചിലരുടെ പേരുകളൊക്കെ എപ്പോഴും മറക്കും.

ജി. സുധാകരനുമൊപ്പം

നാരീപൂജയിലെ ദേവിയായി...

എങ്കിലും ഗൗരിക്ക് മറക്കാനാവാത്ത ഒരു സംഭവമാണ് കണ്ടമംഗലം ശ്രീരാജരാജേശ്വരി ക്ഷേത്രത്തിലെ നാരീപൂജയ്ക്കുവേണ്ടി ഗൗരിയമ്മ ദേവിയായി ഒരുങ്ങിയ ആ ദിവസം. കൊടികുത്തിയ കമ്മ്യൂണിസ്റ്റുകാരിയായ ഗൗരിയമ്മ സഖാവ് ദേവീവേഷം കെട്ടി, കഴുത്തിൽ പൂമാലയിട്ട് സിംഹാസനത്തിൽ ഭക്തിയോടെ ഇരുന്നപ്പോൾ ക്ഷേത്രത്തിലെ പൂജാരി വന്ന് കാലുകഴുകി നാരീപൂജയുടെ ചടങ്ങുകൾ നടത്തി. ഇതിനെപ്പറ്റി എതിർപ്പുപറഞ്ഞ എല്ലാവരോടും കമ്മ്യൂണിസ്റ്റുകാരാരും ദൈവവിശ്വാസികൾ അല്ലെന്ന് ആരു പറഞ്ഞു എന്ന് ഗൗരി വീറോടെ വാദിച്ചു. ജീവിതത്തിലെന്നും ജയിലിൽ വെച്ചുപോലും ഗൗരിക്കു കൂട്ടായി ഒരു കൃഷ്ണന്റെ ചിത്രമുള്ള മോതിരം കൂടെയുണ്ടായിരുന്നു. മാത്രവുമല്ല കേരളത്തിൽ കമ്മ്യൂണിസ്റ്റുകാർ നടത്തിവരുന്ന ക്ഷേത്രങ്ങളുടെ എണ്ണവും ഗൗരി അക്കമിട്ടു നിരത്തി. കമ്മ്യൂണിസ്റ്റുകാരെന്നു പറഞ്ഞാൽ നിരീശ്വരവാദികൾ എന്നാണോ എന്നുപോലും സംശയിച്ചുപോകുന്ന ഈ കാലഘട്ടത്തിൽ ആർത്തവം അശുദ്ധിയല്ല, ആർത്തവമുള്ളപ്പോൾ ഞാൻ പലവട്ടം അമ്പലത്തിൽ കയറിയിട്ടുണ്ട്, അവിടുന്ന് ഒരു ദൈവവും ഇറങ്ങി ഓടിയിട്ടില്ല

എന്നുപറഞ്ഞ് ഗൗരി ആചാരങ്ങളെയെല്ലാം തള്ളി പറയുമ്പോൾ, അതൊരു പ്രശ്നമാവാതിരുന്നത്. ഒരു നൂറ്റാണ്ടിലെത്തി നിൽക്കുന്ന ഗൗരി യമ്മയുടെ ആർത്തവം ചർച്ച ചെയ്യാൻ വല്യസുഖമൊന്നും ഇല്ലാത്തോ ണ്ടാണോ അതോ പലപ്പോഴും ഒളിവിൽ കഴിഞ്ഞകാലത്ത് ആർത്തവ മായിരുന്നില്ല അന്നത്തെ പ്രധാന പ്രശ്നം എന്നുള്ളതുകൊണ്ടാണോ?

"കരയാത്ത ഗൗരി, തളരാത്ത ഗൗരി,
നെറികെട്ടലോകം, കനിവറ്റകാലം,
പടകാളിയമ്മേ കരയിച്ചു നിന്നെ"

എന്ന് ബാലചന്ദ്രൻ ചുള്ളിക്കാട് ഗൗരിയമ്മയെക്കുറിച്ച് പാടിയ വരികൾ വീണ്ടും വീണ്ടും കേൾക്കുമ്പോൾ "എന്നെയാരും കരയിച്ചിട്ടില്ല, ഞാനൊട്ട് തളർന്നിട്ടുമില്ല," എന്നുമെല്ലെ പിറുപിറുത്തുകൊണ്ട് ചാരുകസേരയിൽ മുന്നോട്ടാഞ്ഞിരുന്ന് ദൂരെയെവിടേക്കോ നോക്കി നെടുവീർപ്പിടുമ്പോൾ കളത്തിപറമ്പിലെ വീടിന്റെ അകത്തളത്തിൽ 'ഞാൻ കണ്ടത്' കേരള ത്തിലെ ആദ്യത്തെ റവന്യൂ മന്ത്രിയെയോ, കൃഷിമന്ത്രിയെയോ, ജെ.എസ്. എസ്. ജനറൽ സെക്രട്ടറിയേയോ അല്ല, പകരം ഒരു പെണ്ണിന്റെ ഭാവങ്ങ ളെല്ലാം ആർജിച്ച ഒരു സ്ത്രീയെയാണ്.

വിശപ്പിന്റെ വിളികൊണ്ട് മഹാന്മാരായവരെക്കുറിച്ചു പഠിക്കുമ്പോൾ കേരളം ജനിപ്പിച്ച അല്ലെങ്കിൽ കേരളത്തെ ജനിപ്പിച്ച കമ്മ്യൂണിസ്റ്റ് പാർട്ടി അതിനൊരപമാനമാണ്. ഏലങ്കുളം മനയിലെ ശങ്കരൻ നമ്പൂതിരിപ്പാടും ക്രിസ്ത്യാനി വൈദ്യൻ വർഗ്ഗീസും മുണ്ടശ്ശേരി മാഷും ടി.വി. തോമസും കളത്തിപറമ്പിൽ രാമൻ മകൾ ഗൗരിയമ്മയും അടിയാന്മാർക്ക് അന്ന ന്നത്തെ അന്നത്തിനുള്ള വക നേടിക്കൊടുക്കാനായി ചെങ്കൊടിയേന്തി യത് വീട്ടിൽ പട്ടിണിയായതുകൊണ്ടല്ല, പകരം സ്വന്തം മുറ്റത്തു വന്നു നിൽക്കുന്ന പട്ടിണിക്കോലങ്ങളുടെ കണ്ണീരിന്റെ ഉപ്പ് അവനവന്റെ നാവിൽ സ്ഫുരിച്ചതുകൊണ്ടാണ്.

'പെണ്ണെഴുത്ത്' എന്ന വിഭാഗത്തിലേക്ക് ഗൗരിയുടെ കഥകളെ തരം തിരിക്കുമ്പോൾ ഒപ്പം നിന്ന പുരുഷന്മാരുടെ പേരിനേറ്റ മങ്ങൽ ആ ഒറ്റ പെണ്ണിന്റെ പ്രഭയായിരുന്നു എന്ന തിരിച്ചറിവ് തലമണ്ടയിൽ ആളനക്കം മുള്ളവർക്ക് വേഗം മനസ്സിലാവും. ആധുനിക വാസവദത്തമാരെ ഉല്പാദി പ്പിക്കുകയും ഉപയോഗിക്കുകയും ചെയ്യുന്ന ഇന്നത്തെ രാഷ്ട്രീയ പാർട്ടി കൾ ജനങ്ങൾക്കുവേണ്ടി പ്രയത്നിച്ച രാഷ്ട്രീയ സാഹചര്യങ്ങളിലേക്ക് ഒരു മടക്കയാത്ര നടത്തുമ്പോൾ ആവേശഭരിതരാവാറുണ്ട്. പക്ഷേ അത്തരം ആവേശങ്ങളിൽ അറിഞ്ഞോ അറിയാതെയോ വിട്ടുപോവുന്ന പല പേരുകളിൽ ഒന്നായി ഇന്നു കെ.ആർ. ഗൗരിയും മാറിയിരിക്കുന്നു എന്നു പറയേണ്ടിവരും.

■

പെൺസഖാവ്

വിപ്ലവ സ്ത്രീ സംഘടനകളെ കേരളം കണ്ടുതുടങ്ങുന്നത് കൃത്യമായി പറഞ്ഞാൽ 1985ൽ പട്ടാമ്പി ഗവ. കോളേജ് കേന്ദ്രമാക്കി 'മാനുഷി' രൂപീകരിക്കപ്പെടുന്നതോടെയാണ്. ഈ സംഘടന പാർട്ടി ബന്ധങ്ങൾ വഴിയാണ് സ്ത്രീകളെ വിളിച്ചുകൂട്ടിയത്. തൊട്ടടുത്തുതന്നെ കെ. അജിതയുടെയും മറ്റും നേതൃത്വത്തിൽ 'ബോധന' എന്ന സംഘടന വന്നു. 80കളുടെ മദ്ധ്യത്തിൽ തീരദേശ വനിതാവേദി രൂപപ്പെട്ടു. കെ.ആർ. ഗൗരിയമ്മയ്ക്ക് ഒരു വിപ്ലവ വനിതാനേതാവാകണമെന്ന പൂതിയുണ്ടായിരുന്നെങ്കിൽ അന്ന് ഈ സംഘടനകളൊക്കെ അവരെയെടുത്ത് തോളത്തു വെച്ചേനേ.

സ്ത്രീക്ക് വിപ്ലവം സൃഷ്ടിക്കാൻ സംഘടനകളുടെ ആവശ്യമില്ലെന്നു തെളിയിച്ച ഗൗരി ഒറ്റയ്ക്കു നിൽക്കുന്ന പെണ്ണിന്റെ വീര്യം ജീവിതത്തിലും തൊഴിൽ രംഗത്തും തെളിയിച്ചു. പെണ്ണുടലിനെക്കുറിച്ചു കൂടുതൽ വാചാലരാകുന്ന 21-ാം നൂറ്റാണ്ട്, നൂറുവർഷം നമുക്കിടയിൽ ജീവിച്ച ഗൗരി എന്ന ശരീരത്തെക്കാളും ശ്രദ്ധിച്ചത് അവരുടെ പ്രവർത്തികളെയാണെങ്കിൽ അതിന്റെ പ്രശംസയർഹിക്കുന്നത് അവരാണോ അതോ സമൂഹമാണോ എന്ന് ചിന്തിക്കേണ്ടിയിരിക്കുന്നു.

എന്തായാലും 1946–59 കാലഘട്ടങ്ങളിൽ തിളങ്ങിനിന്ന ആ പെൺ നക്ഷത്രത്തെക്കുറിച്ചുപറയുമ്പോൾ അന്നത്തെ പുരുഷന്മാരുടെ കണ്ണിൽ കാമത്തിനുപകരം വീര്യമാണു തിളച്ചുപൊന്തുക. അത് അന്നും ഇന്നും അങ്ങനെതന്നെ. അത്യാവശ്യം സൗന്ദര്യവും ആവശ്യത്തിലേറെ പ്രശസ്തിയും സുഖസൗകര്യങ്ങളും ഉണ്ടായിട്ടും കെ.ആർ. ഗൗരിയമ്മ എന്ന പേരിന്റെയൊപ്പം സ്വന്തം ഭർത്താവ് ടി.വി. തോമസിന്റെ പേരു മാത്രമേ ചേർത്തുപറയുന്നുള്ളൂ എങ്കിൽ എത്രത്തോളം ആക്ഷേപിച്ചാലും ആ പേര് ഒളിമങ്ങാതെ നിലനിൽക്കും. അവിടെയാണ് സ്വഭാവം പെണ്ണിന് ആഭരണമാവുന്നത് എന്നും ഗൗരിയിലൂടെ കാലം കാണിച്ചുതന്നു.

ഇ.എം.എസ്സിന്റെ മരണവും വാജ്പേയിയുടെ പ്രധാനമന്ത്രിയായുള്ള സ്ഥാനാരോഹണവും ഒരേ ദിവസമായിരുന്നു. ഗൗരി, താൻ ഏറ്റുവാങ്ങിയ

പഴികൾ പോലെ അധികാരത്തിനു വേണ്ടി ചുവടുമാറ്റുന്നവൾ ആയിരുന്നുവെങ്കിൽ ബി.ജെ.പി. പാർട്ടിയിലെ വാജ്പേയ് മന്ത്രിസഭയുടെ അനുചരവൃന്ദത്തിലേക്കുള്ള ഒരു പറിച്ചുനടീൽ ഗൗരിയെ പുതിയ കുപ്പിയിലെ പഴയ വീഞ്ഞാക്കി മാറ്റിയേനേ. ഓരോ വട്ടം തഴഞ്ഞു മാറ്റി നിർത്തുമ്പോഴും പുറത്താക്കിയാലും പിരിച്ചുവിട്ടാലും ഗൗരിയമ്മയുടെ സ്വഭാവമനുസരിച്ച് അവർ മറ്റൊരു പാർട്ടിയിൽ ചേക്കേറില്ല എന്ന ഉറച്ച വിശ്വാസമായിരുന്നു കമ്മ്യൂണിസ്റ്റുപാർട്ടിക്കാർക്ക് ഉണ്ടായിരുന്നത്. ഇന്നും ഗൗരിയമ്മ ആ വിശ്വാസം തെറ്റിച്ചിട്ടുമില്ല. തെറ്റിച്ചതെല്ലാം ആ പാർട്ടിയായിരുന്നു.

ചിലപ്പോൾ കൃഷ്ണഭക്തയായ ഗൗരിയമ്മയ്ക്ക് അവരുടെ ഗുരുവായൂരപ്പൻ നൽകിയ അനുഗ്രഹമായിരിക്കാം വൈകി വന്ന ഈ അംഗീകാരവും നൂറാം വയസ്സിനോടനുബന്ധിച്ച് കേരള സർക്കാർ ഇപ്പോൾ നടത്തിവരുന്ന ഈ മാരത്തോൺ ആഘോഷ പരിപാടികളും. രാഷ്ട്രീയക്കുപ്പായമിട്ട രാജാവുമുതൽ പാറാവുകാരൻ വരെ ഓർമ്മയുടെ ഒരറ്റം മുതൽ ഇങ്ങേയറ്റംവരെ ഗൗരിയമ്മയെന്ന നാമം കുത്തിനിറച്ച ഭണ്ഡാരപ്പെട്ടി അവരുടെ മുന്നിൽ തുറന്നുവെച്ചു. അമ്മയല്ലേ, ഒക്കെ മറക്കും, തൃപ്തിയോടെ പുഞ്ചിരിക്കും.

തലമുടി ഒതുക്കിക്കെട്ടാനായി മുഖ്യമന്ത്രിയുടെ കൈയിൽ കേക്കുമുറിക്കാനുള്ള കത്തിയേൽപ്പിച്ചപ്പോൾ, അങ്കത്തട്ടിൽ ആയുധമേന്തി പോരാടിയ കാലത്തൊരിക്കലും സ്വന്തം ജന്മദിനം ആഘോഷിക്കാൻ അവർ മിനക്കെടാഞ്ഞത് ഓർമ്മ വന്നു. കരപ്പുറത്തുതണ്ടാന്മാരുടെ പുത്രിയായി കളത്തിപ്പറമ്പു വീട്ടിൽ ജീവിച്ച്, തന്റെ അണ്ണനെന്ന മന്ത്രമുരുവിട്ട് കൗമാരത്തിൽ ചിരിക്കാത്ത കാമുകിയായി, യൗവനത്തിൽ ജ്വലിച്ചിട്ടും ജ്വലിക്കാതെപോയ നക്ഷത്രമായി ഇന്ന് വാർദ്ധക്യത്തിന്റെ ചാരുകസേരയിൽ ചാരി നമ്മുടെ ഓരോരുത്തരുടേയും മനസ്സിന്റെ ഉമ്മറത്ത് അവർ ഇരിക്കുന്നു.

ഓരോ ചരിത്രപുസ്തകങ്ങളും പഴങ്കഥ പാടുന്ന പാണനാരാവണം. ആ പാണനാരിലൂടെ ഓരോ കഥകളും ലോകമറിയണം, ആ കഥകളിലെല്ലാം കൊയ്ത്തുപാടത്തെ അരിവാളും അദ്ധ്വാനമാകുന്ന കല്ലുടച്ച ചുറ്റികയും കൈകളിലേന്തി ആകാശത്തെവിടെയോ തെളിയുന്ന നക്ഷത്രത്തെ സ്വന്തമാക്കാൻ കൊതിക്കുന്ന വിയർപ്പിന്റെയും ചേറിന്റെയും ഗന്ധമുള്ള ഒരു കമ്മ്യൂണിസ്റ്റുകാരിയുടെ കഥയുമുണ്ടാവും.

കെ.ആർ. ഗൗരിയമ്മയെന്ന 'പെൺസഖാവ്'ന്റെ കഥ.

■

ഗൗരിയമ്മ എഴുത്തുകാരിക്കൊപ്പം

www.ingramcontent.com/pod-product-compliance
Lightning Source LLC
LaVergne TN
LVHW092053051026
849517LV00013B/2641
* 9 7 8 9 3 8 9 6 7 1 5 2 0 *